എം മുകുന്ദൻ

എഴുത്ത് ജീവിതം കഥകൾ

m mukundan
ezhuthu jeevitham kadhakal

•

m gokuldas

•

first edition
march 2018

•

typesetting & published
chintha publishers, thiruvananthapuram

•

cover
vijeesh gangadaran

വിതരണം
ദേശാഭിമാനി ബുക്ക് ഹൗസ്
H O തിരുവനന്തപുരം-695 035
phone: 0471-2303026, 6063026
www.chinthapublishers.com
chinthapublishers@gmail.com

ബ്രാഞ്ചുകൾ
ഹെഡ്ഡാഫീസ് ബ്രാഞ്ച് കുന്നുകുഴി • സ്റ്റാച്യു തിരുവനന്തപുരം • കെ എസ് ആർ ടി സി ബസ് സ്റ്റേഷൻ ആലപ്പുഴ • കെ എസ് ആർ ടി സി ബസ് സ്റ്റേഷൻ എറണാകുളം • മച്ചിങ്ങൽ ലെയ്ൻ തൃശൂർ • ഐ ജി റോഡ് കോഴിക്കോട് • മാവൂർ റോഡ് കോഴിക്കോട് • എൻ ജി ഒ യൂണിയൻ ബിൽഡിങ് കണ്ണൂർ • സെൻട്രൽ ബസ് ടെർമിനൽ കോംപ്ലക്സ് താവക്കര കണ്ണൂർ

CO - 2839 / 4581
ISBN - 978-93-87842-09-0

എം മുകുന്ദൻ
എഴുത്ത് ജീവിതം കഥകൾ

എം ഗോകുൽദാസ്

ചിന്ത പബ്ലിഷേഴ്സ്
തിരുവനന്തപുരം-695 035

എം ഗോകുൽദാസ്

ചരിത്രപ്രസിദ്ധമായ മയ്യഴിയിൽ ജനിച്ചു. അച്ഛൻ മംഗലാട്ട് കുഞ്ഞി രാമൻ, അമ്മ തെയ്യുള്ളതിൽ മാധവി അമ്മാൾ. ഗവ. ഹൈസ് കൂൾ, മഹാത്മാഗാന്ധി കോളേജ് മാഹി എന്നിവിടങ്ങളിലായി വിദ്യാഭ്യാസം. ആദ്യകഥ *മലയാളനാട്* വാരികയിൽ. *മാതൃഭൂമി, ഭാഷാപോഷിണി, ദേശാഭിമാനി, കലാകൗമുദി* എന്നീ ആനുകാലി കങ്ങളിൽ കഥകൾ എഴുതിയിട്ടുണ്ട്. ആകാശവാണി നിലയങ്ങ ളിൽ (കോഴിക്കോട്, തിരുവനന്തപുരം) കഥകൾ പ്രക്ഷേപണം ചെയ്തിട്ടുണ്ട്. കഥകൾക്ക് പുറമെ കവിതയും ഫീച്ചറും എഴുതാ റുണ്ട്. മലയാളത്തിൽ ആദ്യമായി പ്രവാസ എഴുത്തുകാരെക്കു റിച്ച് സമഗ്രമായ ഫീച്ചർ തയ്യാറാക്കി. കഥയ്ക്ക് വിവിധ സാംസ്കാ രിക സംഘടനകളുടെ ചെറുതും വലുതുമായി പതിനഞ്ചിൽപ്പരം പുരസ്കാരങ്ങൾ ലഭിച്ചിട്ടുണ്ട്.

ദൂരദർശനുവേണ്ടി മൺമറഞ്ഞ ചലച്ചിത്ര പ്രതിഭകളായ എം കൃഷ്ണൻനായർ, ഭരതൻ, മോനിഷ, ബാലൻ കെ നായർ, ബഹദൂർ എന്നിവരുടെ സ്മൃതി ചിത്രങ്ങൾക്ക് സ്ക്രിപ്റ്റ് എഴുതി യിട്ടുണ്ട്. ദൂരദർശനുവേണ്ടി എഴുത്തുകാരുമായുള്ള അഭിമുഖം ചെയ്തിട്ടുണ്ട്. ജോലിയും ജീവിതവുമായി കുറച്ചുകാലം മുംബെ യിലായിരുന്നു.

കൃതികൾ: *ഒരൊഴിഞ്ഞ സ്ഥലം, കടലിന്റെ വഴികൾ, എഴുത്തു കാരുടെ നഗരം, സമകാലീന കഥകൾ* (എഡിറ്റർ), *മഴപെയ്യു മ്പോൾ, ചതുരജ്ജീവിതം – കഥകൾ* (അച്ചടിയിൽ).

വിലാസം   : കൗസ്തുഭം, നടുവട്ടം
               പോസ്റ്റ് നോർത്ത് ബേപ്പൂർ
               കോഴിക്കോട് – 673 015
ഇമെയിൽ   : mgokuldas@gmail.com
ഫോൺ   : 8590904488

ഉള്ളടക്കം

കഥകൾ

അനുബന്ധം

പ്രസാധകക്കുറിപ്പ്

എം മുകുന്ദൻ എന്ന എഴുത്തുകാരന്റെ ജീവിതം എഴുതുകയാണ് ഗോകുൽദാസ് ഈ കൃതിയിൽ. ഒപ്പം എം മുകുന്ദന്റെ ശ്രദ്ധേയ മായ ഏതാനും കഥകളും. എം മുകുന്ദൻ സാധാരണ കാര്യ ങ്ങൾക്ക് അസാധാരണ മാനം നല്കാൻ കഴിവുള്ള എഴുത്തുകാര നാണ്. *മയ്യഴിപ്പുഴയുടെ തീരങ്ങളിൽ* മുതലിങ്ങോട്ട് മലയാള നോവ ലിന്റെ പ്രയാണം എം മുകുന്ദനോടൊപ്പം കൂടിയായിരുന്നുവെന്നു പറയാം. വ്യത്യസ്തതലമുറകളിലെ വായനക്കാർ മുകുന്ദന്റെ കൃതികൾ ഇഷ്ടപ്പെടുന്നതിന്റെ രഹസ്യം ജീവിതത്തോടുള്ള അദ്ദേ ഹത്തിന്റെ സത്യസന്ധതയാണ്. ആ സർഗ്ഗാത്മകതയുടെ ഉറവ കൾ തേടിയാണ് ഗോകുൽദാസിന്റെ സഞ്ചാരം. മഹാനായ ഒരെഴു ത്തുകാരനെ അടുത്തു നിന്നറിയാനും അദ്ദേഹത്തിന്റെ ഏതാനും കഥകൾ വായിക്കാനും നിങ്ങളെ ക്ഷണിക്കുന്നു.

ചിന്ത പബ്ലിഷേഴ്സ്

ആമുഖം

ചാറ്റൽമഴ പെയ്തതുപോലെ റോഡിനിരുവശത്തുമുള്ള കുറ്റിച്ചെ ടികളിലും കറുകപ്പുല്ലുകളിലും മഞ്ഞുതുള്ളികൾ തങ്ങിനില്പുണ്ടായി രുന്നു. മഞ്ഞുകാലത്തെ എല്ലാ പ്രഭാതങ്ങളിലും, ചെടികളിലും വൃക്ഷ ത്തലപ്പുകളിലും ഇതുപോലെ മഞ്ഞിൻ കണങ്ങൾ തങ്ങിനില്പുണ്ടാവും.

മയ്യഴിപ്പുഴയെ തഴുകിവരുന്ന ഇളംതണുത്ത കാറ്റേറ്റ് റെയിൽവേസ്റ്റേഷ നിൽനിന്ന് നെടുനീളെ പോകുന്ന റോഡിലൂടെ, ചുമലിൽ സഞ്ചിതൂക്കി ഒരു കുട്ടിയെപ്പോലെ കൈവീശി നടന്നുപോവുമ്പോൾ ഒരു പ്രത്യേക സുഖം തോന്നുന്നു. മയ്യഴി റെയിൽവേസ്റ്റേഷനിൽ ഒരു വണ്ടിവന്നാൽ മയ്യഴിപ്പുഴ മാത്രമല്ല ദേശമാകെ അതറിയും. ഉച്ചത്തിൽ കൂകിയുള്ള വണ്ടി യുടെ വരവും പോക്കും. കൂകിപ്പായുന്ന വണ്ടിയുടെ ശബ്ദം അനു കരിച്ചാണ് ഞങ്ങൾ കുട്ടികൾ കൂട്ടുകാരോടൊത്ത് വണ്ടിയായി കളിച്ചിരുന്നത്. വള്ളിനിക്കറിന്റെ പിറകിൽ ഒന്നിനുപിറകെ ഒന്നായി പിടിച്ച് വരിയായി ഓടിക്കളിക്കും. ഓരോ കുട്ടിയും ഓരോ കമ്പാർട്ട്മെന്റാണ്. അതൊരു കുട്ടിക്കാലം. വയൽവരമ്പിലൂടെയും ഇടവഴിയിലൂടെയും മൈതാനത്തിന്റെ ഓരം ചേർന്നും ഓടിയും ചാടിയും പട്ടംപറപ്പിച്ചും കളിച്ചുരസിച്ച കുട്ടിക്കാലം. ഇങ്ങനെ എല്ലാവർക്കുമുണ്ടാകും ഓർമ്മി ക്കാൻ വർണ്ണചിത്രങ്ങൾ നിറഞ്ഞ ഒരു കുട്ടിക്കാലം.

മയ്യഴിയുടെ ഇതിഹാസകാരനായ എം മുകുന്ദന് അങ്ങനെ ഒരു കുട്ടിക്കാലം ഇല്ലായിരുന്നു. ആ കുഞ്ഞു മനസ്സിൽ സങ്കടക്കടലായിരുന്നു. എന്നും ഇരമ്പിയാർക്കുന്ന കടൽ. രോഗാതുരമായിരുന്നു ആ ബാല്യം. രോഗശമനമില്ലാതെ കട്ടിൽ വിട്ടൊഴിഞ്ഞ നാളുകളില്ലായിരുന്നു. കുട്ടിക്കാലം മുഴുവൻ നീണ്ടുനിന്ന രോഗം മുകുന്ദനെ ഏകാന്തതയുടെ തടവറയിലാക്കി. പലപ്പോഴും മരണത്തെ മുഖാമുഖം കണ്ടു. വായനയും

മനനവും ആരുംകാണാതെയുള്ള എഴുത്തും ഉറ്റചങ്ങാതിമാരായി.

കുട്ടിക്കാലത്ത് കേട്ട നാടൻപാട്ടുകളും മുത്തശ്ശിക്കഥകളും സർഗ്ഗാ ത്മകതയ്ക്ക് അടിത്തറ പണിതു. അകക്കണ്ണുകൊണ്ട് പ്രകൃതിയേയും മനുഷ്യനേയും ജീവിതത്തേയും മനുഷ്യസ്നേഹത്തേയും അടുത്ത റിഞ്ഞു. വി രാജകൃഷ്ണന്റെ ഒരു കൃതിയുടെ തലക്കെട്ട് കടമെടുത്തു പറഞ്ഞാൽ രോഗത്തിന്റെ പൂക്കളായിരുന്നു അദ്ദേഹത്തിന്റെ രചനക ളെല്ലാം. അധികകാലം ജീവിക്കില്ലെന്നും വിട വാങ്ങുന്നതിനുമുമ്പ് *മയ്യഴി പ്പുഴയുടെ തീരങ്ങളിൽ* എഴുതിത്തീർക്കണമെന്നും അദ്ദേഹം ആഗ്രഹി ച്ചിരുന്നു. രോഗാതുരമായ ആ കുട്ടിക്കാലം ദൈവത്തിന്റെ വികൃതിക ളിലൊന്നായിരുന്നു. മന:സംഘർഷങ്ങളുടെയും ക്ലേശങ്ങളുടെയും വൻകടൽ നീന്തി കരപറ്റിയതുതന്നെ ഒരത്ഭുതം.

രോഗങ്ങളിൽനിന്നുള്ള മുക്തി അദ്ദേഹത്തിന്റെ രണ്ടാം ജന്മമായി രുന്നു. രണ്ടു ജന്മങ്ങളുള്ള കഥാകാരന് രണ്ട് ജീവിതമുണ്ടായി, മയ്യഴിയും ഡൽഹിയും. മയ്യഴിയും ഡൽഹിയും ആ പേരിൽ മാത്രം ഒതുങ്ങാതെ, സമൂഹം, ജനത, സംസ്കാരം, കല, ദർശനം അങ്ങനെ എല്ലാ അടരുക ളെയും ഒപ്പിയെടുത്ത് വിശാലമായ ഒരു ലോകത്തെ തന്റെ സൃഷ്ടിക ളിൽ വിളക്കിച്ചേർത്തു. സർഗ്ഗാത്മകമായ ഒരു തപസ്യയായിരുന്നു അത്.

എം മുകുന്ദൻ മലയാളത്തിന്റെ അഭിമാനംമാത്രമല്ല അത്ഭുതവു മാണ്. ഈയൊരു വിശേഷണത്തിൽ ഒട്ടും അതിശയോക്തിയില്ലെന്ന് തന്നെ പറയാം. കാരണം അദ്ദേഹം ആദ്യാക്ഷരം കുറിച്ചത് ഫ്രെഞ്ച് ഭാഷ യിലാണ്. മയ്യഴി പള്ളിയുടെ സമീപത്തെ ചാർലി മാഷുടെ ശിശുവിദ്യാ ലയത്തിൽനിന്ന്. 'ചാർലി സ്റ്റാർ' എന്ന കഥ അദ്ദേഹത്തെക്കുറിച്ചാണ്.

ഫ്രെഞ്ച് അധീനപ്രദേശമായ മയ്യഴിയിലാണ് അദ്ദേഹം ജനിക്കുന്നത്. എല്ലാ മയ്യഴി നിവാസികളെയുംപോലെ മുകുന്ദനും അപ്പോൾ ഫ്രെഞ്ചു പൗരനായിരുന്നു. ഫ്രെഞ്ചുകാരനായി ജനിച്ച് മലയാളം രണ്ടാംഭാഷയായി പഠിച്ച് മലയാളത്തിൽ ഇതിഹാസങ്ങൾ രചിച്ച മറ്റൊരു എഴുത്തുകാര നില്ല. അദ്ദേഹം മലയാളത്തിലെ ഒരു ലെജന്റാണ്.

കുട്ടിക്കാലത്തിന്റെ അസ്വാസ്ഥ്യങ്ങളും സംഘർഷങ്ങളും പേറി യാണ് അദ്ദേഹം പ്രവാസജീവിതം തുടങ്ങുന്നത്. ആധുനികനാവണമെന്ന ഉദ്ദേശത്തോടെയല്ല അദ്ദേഹം രചന നിർവ്വഹിച്ചത്. അത് സ്വയം രൂപം കൊള്ളുകയായിരുന്നു. നഗരജീവിതത്തിന്റെ ഭിന്നമുഖങ്ങളും ഭാവങ്ങളും അഗാധമായി അനുഭവിപ്പിക്കുകയും, ഭാഷയെ ഭാഷകൊണ്ട് പുതുക്കി പ്പണിയുകയും ചെയ്ത മലയാളത്തിലെ ശക്തനായ നോവലിസ്റ്റാണ് എം മുകുന്ദൻ. ആധുനികത രൂപംകൊള്ളുന്നതിൽ മുഖ്യപങ്കുവഹിക്കു കയും, കാലത്തെയും ജീവിതത്തെയും സൂക്ഷ്മമായി ഒപ്പിയെടുത്ത് രചനയെ അഗ്നിസ്ഫുലിംഗങ്ങളാക്കുകയും ചെയ്തു. കഥയിലും നോവ ലിലും പുതിയ രൂപമാതൃകകൾ സൃഷ്ടിക്കുകയും അതുവഴി വായനയ്ക്ക് സൗന്ദര്യാനുഭൂതി പകരുകയും ചെയ്തു.

കാലം, ദേശം, പ്രകൃതി, പരിസ്ഥിതി, പ്രത്യയശാസ്ത്രം എന്നിവ

യെല്ലാം ഭാഷയുടെ മാന്ത്രികതകൊണ്ട് ഭാവസ്ഫുടതയോടെ വരച്ചിടു കയായിരുന്നു ആ തൂലികയിലൂടെ. ഡൽഹിയിലെ അരവിന്ദനും, *മയ്യഴി പ്പുഴയുടെ തീരങ്ങളിലെ* ദാസനും, *കേശവന്റെ വിലാപങ്ങളിലെ* ശരവ ണനും, ഹരിദ്വാറിലെ രമേശനും, *പുലയപ്പാട്ടിലെ* ഗൗതമനും, *ഡൽഹി ഗാഥയിലെ* സഹദേവനും, *കുട നന്നാക്കുന്ന ചോയിയിലെ* മാധവനും മലയാളിയുടെ മനസ്സിൽ ഇടംനേടിയ കഥാപാത്രങ്ങളാണ്. നാഗ രികതയും നാട്ടിൻപുറവും നവസാങ്കേതികതയും അയത്നലളിതമായി വരച്ചിടുമ്പോൾ ഭാരതീയവും കേരളീയവുമായ മിത്തുകളും അനാവൃത മാവുകയാണ്.

ലസ്ലി സായ്വ്, ഗസ്തോൻ സായ്വ്, ദാസൻ, കുഞ്ഞനന്തൻ മാസ്റ്റർ, കുറുമ്പിയമ്മ, മാധവൻ, കുട നന്നാക്കുന്ന ചോയി എല്ലാവരും മയ്യഴിയിൽ ജീവിച്ച കഥാപാത്രങ്ങളാണ്. മൂപ്പൻ സായ്വിന്റെ കാർ, കുഞ്ഞിക്കണ്ണൻ, സെൻഴന്തൻറെത്രോത്ത് എന്നിവരുടെ കുതിരവ ണ്ടികൾ, ചോയിയുടെ കുട എല്ലാം മയ്യഴിയുടെ ചരിത്രപഥത്തിലൂടെ സഞ്ചരിച്ച കഥാപാത്രങ്ങൾ. മയ്യഴിയിലെ മനുഷ്യരും അവരുടെ സ്വപ്ന ങ്ങളും, ചിന്തകളും, ഭാഷയും മയ്യഴിയിലെ ഇടങ്ങളും, നാട്ടുവഴികളും എല്ലാം *മയ്യഴിപ്പുഴയുടെ തീരങ്ങളിലൂടെയും ദൈവത്തിന്റെ വികൃ തികളിലൂടെയും കുട നന്നാക്കുന്ന ചോയിയിലൂടെയും* പുനർനിർമ്മിക്കു കയും, മയ്യഴി എന്ന ദേശപ്രപഞ്ചത്തെ സർഗ്ഗാത്മകമാക്കുകയും, മയ്യഴി പ്പുഴയുടെ രാഷ്ട്രീയചരിത്രത്തിന് പുതിയൊരു മാനം നല്കുകയും ചെയ്തു.

തകഴിക്ക് കുട്ടനാട് പോലെ, വി കെ എന്നിന് തിരുവിലാമലപോലെ, എം ടിക്ക് കൂടല്ലൂർ പോലെ, പുനത്തിൽ കുഞ്ഞബ്ദുള്ളയ്ക്ക് കാരക്കാട് പോലെ മുകുന്ദന് മയ്യഴിയും ഊർജ്ജവും കരുത്തും നല്കി. അലസമായി ഒഴുകിപ്പോവുന്ന മയ്യഴിപ്പുഴ സ്നേഹവും സംസ്കാരവും, അനുഭവങ്ങളും ആർജ്ജവവും നല്കി.

മുകുന്ദനെപ്പോലെ മയ്യഴിയും ഒരു പ്രഹേളികയാണ്. മറ്റു ദേശങ്ങൾ ക്കില്ലാത്ത ദ്വിമുഖം സൂക്ഷിക്കുന്ന ദേശം. കേരളത്തിലല്ല മയ്യഴി; പക്ഷേ, മലയാളികൾ ജീവിക്കുന്ന ഒരു ദേശമാണിത്. ദേശം ഭരിക്കുന്ന ഭരണകൂടമാവട്ടെ തമിഴകത്തിന്റെ ഭാഗവും. ദേശത്തിന്റെയും ഭാഷയു ടെയും വൈജാത്യങ്ങൾക്കിടയിൽ നിന്നാണ് എഴുത്തിന്റെ വലിയ നദി ഉറവപൊട്ടി ഭൂമി മലയാളമാകെ വ്യാപിച്ചത്.

മലയാളത്തിലെ ലബ്ധപ്രതിഷ്ഠരായ പല എഴുത്തുകാരെയും നേരിൽക്കാണാനും പരിചയപ്പെടാനും സ്നേഹവാത്സല്യങ്ങൾ സമ്പാദി ക്കാനും സാധിച്ചിട്ടുണ്ട്. വളരെ വർഷങ്ങൾക്കുമുമ്പ് പ്രീഡിഗ്രിക്ക് പഠി ക്കുമ്പോഴാണ് കേരളസാഹിത്യഅക്കാദമി ക്യാമ്പിൽവെച്ച് തകഴി ശിവ ശങ്കരപ്പിള്ളയെയും എസ് കെ പൊറ്റക്കാടിനെയും കോവിലനെയും എൻ പി മുഹമ്മദിനെയും ബാലകൃഷ്ണൻ മാങ്ങാടിനെയും പവനനേയും സി പി ശ്രീധരനെയും നേരിൽക്കാണുന്നത്. ആയിടയ്ക്ക് *മലയാളനാട്* വാരി

കയിൽ വന്ന ഒരു കഥയുടെ പിൻബലത്തിൽ വൈക്കം മുഹമ്മദ് ബഷീ റിനെ ബൈലാലിൽ ചെന്ന് കാണുകയുണ്ടായി. അവിടത്തെ സുലൈ മാനിയുടെ രുചി ഇപ്പോഴും നാവിലുണ്ട്. ഹൃദയാന്തരാളങ്ങളെ സ്പർ ശിക്കുന്ന ഊർജ്ജം നിറഞ്ഞ അവരുടെ രചനകൾ ഇപ്പോഴും മന സ്സിലുണ്ട്. എഴുത്തിന് ശക്തിയും വെളിച്ചവും നല്കിയ പൂർവ്വസൂരികളെ ആദരവോടെ സ്മരിക്കുന്നു. പലരുടേയും അഭിമുഖങ്ങൾ ചെയ്തിട്ടുണ്ട്. പലതും വീടുമാറ്റത്തിനിടയിൽ നഷ്ടപ്പെട്ടു. അഭിമുഖങ്ങൾ പുസ്തക രൂപത്തിലാക്കുന്നതിനെക്കുറിച്ച് അപ്പോൾ ആലോചിച്ചിരുന്നില്ല.

മലയാളത്തിന്റെ അഭിമാനമായ എം മുകുന്ദനുമായുള്ള കേവലമായ ഒരു അഭിമുഖമല്ലയിത്. അദ്ദേഹത്തിന്റെ ജീവിതം, ഓർമ്മ, യാത്ര, പ്രവാസം, സാഹിത്യം, കല, ദർശനം എന്നിവയെല്ലാം ഒപ്പിയെടുത്തു കൊണ്ടുള്ള ഒരു സർഗ്ഗാത്മകസഞ്ചാരമാണിത്. എം മുകുന്ദന്റെ സമ്പ ന്നമായ സാഹിത്യജീവിതവും സാമൂഹ്യസാംസ്കാരികവീക്ഷണവും കാഴ്ചപ്പാടും സാഹിത്യത്തിന്റെ പുതുവഴികളും മാനവികതയുടെ ഋതുമന്ത്രവും എല്ലാം വാങ്മയ ചിത്രങ്ങളായി അവതരിപ്പിക്കുകയാണ്. ഒപ്പം ശ്രദ്ധേയമായ മൂന്ന് കഥകളും. കഥകളുടെ തെരഞ്ഞെടുപ്പിലും കണിശമായ നിലപാട് പുലർത്തിയിട്ടുണ്ട്. രണ്ട് വ്യത്യസ്തകാലഘട്ട ങ്ങളിൽ രചിക്കപ്പെട്ട വ്യത്യസ്തപ്രമേയങ്ങൾ. ശക്തവും ഭാവബന്ധുരവു മായ ഈ കഥകൾ, നമ്മുടെ നൈതികതയേയും മാനവഐക്യത്തേയും അധികാര വടംവലിയേയും തുറന്നുകാട്ടുന്നു.

അഭിമുഖം എന്നതിനേക്കാളുപരി 'മുകുന്ദനെ വായിക്കുന്നു' എന്ന സർഗ്ഗാത്മകാനുഭൂതി നല്കുന്നതിനുവേണ്ടി അഭിമുഖത്തിന്റെ പതിവു രീതികൾ ഈ ഗ്രന്ഥത്തിൽ ഒഴിവാക്കിയിട്ടുണ്ട്. ഇതൊരു കഥയായും കരുതാവുന്നതാണ്. ഒരെഴുത്തുകാരന്റെ ജീവിതകഥ. ഓർമ്മകളിലേക്കും ജീവിതത്തിലേക്കും സർഗ്ഗപ്രപഞ്ചത്തിലേക്കും തുറക്കുന്ന വാതിൽ. ഈ പുസ്തകരചനയ്ക്ക് ആദ്യമായി കടപ്പെട്ടിരിക്കുന്നത് സുദീർഘമായ അഭിമുഖത്തിന് സൗമനസ്യപൂർവ്വം സമയവും സന്ദർഭവും അനുവദിച്ച, ജ്യേഷ്ഠസഹോദരനെപ്പോലെ കാണുന്ന മുകുന്ദേട്ടനോടാണ്.

അഭിമുഖം വാരികയിലൂടെ വെളിച്ചം കാണാൻ സുമനസ്സ് കാട്ടിയ ദേശാഭിമാനി പത്രാധിപരും എന്റെ ഗുരുനാഥനുമായ ഡോ. കെ പി മോഹനനോടും എഡിറ്റർ ഇൻ ചാർജ് മധുകുമാറിനോടുമുള്ള നന്ദി ഇവിടെ പ്രകാശിപ്പിക്കുന്നു. വ്യത്യസ്തമായ ഈ അഭിമുഖം ദേശാഭിമാനി യിൽ വന്നയുടനെ പുസ്തകരൂപത്തിലാക്കാൻ താല്പര്യം പ്രകടിപ്പിച്ച പ്രൊഫ. സി പി അബൂബക്കറിനോടും ഇതിന്റെ രചനാസൗന്ദര്യത്തിന് മികവ് വരുത്താൻ പ്രചോദനവും ക്രിയാത്മകനിർദ്ദേശങ്ങളും നല്കിയ ശ്രീ. രാധാകൃഷ്ണൻ ചെറുവല്ലിക്കും, ശ്രീ. രാജേഷ് ചിറപ്പാടിനും ഹൃദയം നിറഞ്ഞ നന്ദി. ഭംഗിയായ ഒരവതാരിക 'കാണികളുടെ കാർണി വൽ' എഴുതി അനുഗ്രഹിച്ച പ്രിയകഥാകൃത്ത് ശ്രീ. വി ആർ സുധീ ഷിനും നന്ദി.

ഒരെഴുത്തുകാരനെ രൂപപ്പെടുത്തിയ കാലവും ദേശവും, പ്രകൃതിയും മനുഷ്യബന്ധങ്ങളും എല്ലാം ഉയിരോടെ ത്രസിച്ചുനില്ക്കുന്ന കുറിപ്പു കളാണിത്. മുകുന്ദനെന്ന വലിയ എഴുത്തുകാരന്റെ ബാല്യകൗമാരങ്ങളും യൗവനവും ഇരുണ്ട വഴികളിലൂടെയും പൊടുന്നനെ മിന്നൽവെട്ട ത്തിലേക്കു കടന്നുപോയ ജീവചരിത്രവും ജീവിതചിത്രങ്ങളും തികഞ്ഞ നിറവോടെ അവതരിപ്പിക്കാൻ ഞാൻ ആത്മാർത്ഥമായി ശ്രമിച്ചിട്ടുണ്ട്. മുകുന്ദനിലൂടെയുള്ള യാത്ര എനിക്ക് ഉൾവെളിച്ചവും ഊർജ്ജവും പകർന്നു.

അഭിമുഖം എഴുത്തുകാരന്റെ ജീവിതകഥയായി പരിണമിക്കുന്നതും, ഒരു എഴുത്തുകാരൻ സ്വന്തം അനുഭവ പരിസരത്തെ സമഗ്രമായി സ്പർ ശിച്ച് മനസ്സ് തുറക്കുന്നതും മലയാളത്തിൽ ഇതാദ്യമായാണ്. ജീവചരിത്ര ത്തിൽനിന്നും, ആത്മകഥയിൽനിന്നും വ്യതിരക്തമായ ഒരടയാളപ്പെടു ത്തലാണിത്. മലയാളവായനയുടെ സൗന്ദര്യബോധത്തേയും, ഭാവുകത്വത്തേയും മാറ്റിമറിച്ച പ്രിയ നോവലിസ്റ്റ് എം മുകുന്ദന്റെ ജീവി തകഥ, കഥയെ സ്നേഹിക്കുന്ന എല്ലാവരും ഹൃദയപൂർവ്വം സ്വീകരി ക്കുമെന്ന വിശ്വാസമുണ്ട്. ഏറെ അഭിമാനത്തോടെ അതിലേറെ സന്തോ ഷത്തോടെ ഈ കൃതി മലയാളത്തിനു സമർപ്പിക്കുന്നു.

എം ഗോകുൽദാസ്

കാണികളുടെ കാർണിവൽ

വി ആർ സുധീഷ്

ആധുനികതയെ കഥയിൽ ജനകീയമാക്കിയത് എം മുകുന്ദനാണ്. മുകുന്ദന്റെ കഥകൾ ആധുനികതയെ വ്യാഖ്യാനിക്കുകയും പരസ്യപ്പെടു ത്തുകയും ആഘോഷിക്കുകയും ചെയ്തു. എന്താണ് ആധുനികത എന്ന പുസ്തകം എഴുതിയിട്ടുണ്ടെങ്കിലും ആധുനികത എന്താണെന്ന് മുകു ന്ദന്റെ കഥകൾതന്നെ സരളമായും സ്പഷ്ടമായും നിർവ്വചിച്ചിരിക്കുന്നു. ആധുനികതയെ സംബന്ധിച്ച ഏത് സിദ്ധാന്തത്തിനും മുകുന്ദന്റെ കഥാ ലോകത്തിൽ മാതൃകകളുണ്ട്. അസ്തിത്വ വ്യാകുലതയും വിഭ്രാന്തിയും അർത്ഥശൂന്യതയും അന്യവല്ക്കരണവുമെല്ലാം മുകുന്ദന്റെ കഥകൾ കൃത്യമായി രേഖപ്പെടുത്തി. ലഹരിയുടെയും ലൈംഗികതയുടെയും പുതിയ ഫാന്റസികൾ സ്വത്വാന്വേഷണത്തിന്റെ അർത്ഥവുമായി മുകുന്ദൻ ആധുനികതയിൽ അരങ്ങേറ്റി. നാണ്വായരേ ഞാനാരാണെന്ന് ചോദിക്കുന്നവരും നീ രാധയല്ലെന്ന് പറയുന്നവരും ആത്മഹത്യചെയ്യുന്ന അഞ്ചരവയസ്സുള്ള കുട്ടിയും മുണ്ഡനം ചെയ്യപ്പെട്ട ജീവിതങ്ങളും മുകുന്ദന്റെ കഥകളിൽനിന്ന് ആധുനികതയുടെ സിദ്ധാന്തങ്ങളെ വിസ് തരിച്ചുകൊണ്ടിരുന്നു.

ആധുനികതയുടെ സൈദ്ധാന്തിക മുദ്രകൾ പ്രകടമായി വീണുകിട ക്കുന്നത് മുകുന്ദന്റെ കഥകളിലാണ്. പ്രമേയങ്ങളും രൂപങ്ങളും മാറിമാറി ആവിഷ്കരിച്ച അനവധി പരീക്ഷണ മാതൃകകളിലൂടെയാണ് മുകുന്ദന്റെ കഥ വളർന്നത്. കഥയിൽ ഏറ്റവും കൂടുതൽ പരീക്ഷണമാതൃകകൾ കൊണ്ടുവന്നതും മുകുന്ദൻ തന്നെ. നാട്ടുമണമുള്ള പ്രാദേശികലോകവും നാഗരികപാളയങ്ങളും ഒരുപോലെ മുകുന്ദൻ പ്രകാശിപ്പിച്ചു. തനിനാടൻ മട്ടിലുള്ള അനായാസമായ ഒരെഴുത്ത് മുകുന്ദന്റെ പല കഥകളും സാക്ഷ്യ പ്പെടുത്തി. ആകസ്മികതയുടെ നേർക്കാഴ്ചകൾ ചിത്രീകരിക്കുകയാണ്

മുകുന്ദന് ഏറ്റവും പ്രിയം. യാദൃച്ഛികതയുടെ നടുക്കത്തോടുകൂടിയാണ് മിക്കവാറും മുകുന്ദന്റെ കഥകൾ അവസാനിക്കുക. ആധുനികതയിൽ ഏറ്റവും പ്രകീർത്തിക്കപ്പെട്ട മുകുന്ദന്റെ കഥകൾ മൂന്ന് ദശാബ്ദത്തിനി പ്പുറവും നമുക്കു വായിക്കാം. 'നിത്യദാഹ'വും, 'കുളിമുറി'യും, 'രാധ രാധമാത്ര'വും, 'പ്രഭാതം മുതൽ പ്രഭാതം വരെ'യുള്ളതെല്ലാം. ആർജ്ജവമുള്ള ഭാഷകൊണ്ടും ജീവിതംകൊണ്ടും തിളങ്ങുന്ന ധാരാളം കഥകൾ മുകുന്ദൻ അക്കാലത്ത് എഴുതിയിട്ടുണ്ട്. നിലനില്പിനെക്കുറി ച്ചുള്ള ചോദ്യങ്ങളും കടങ്കഥകളും അവയിലെ അസാധാരണമായ ഉള്ള ടക്കങ്ങളിലുണ്ട്. ഞാനാരാണെന്ന് ചോദിക്കാതെതന്നെ ആ കഥകൾ ഓരോ ഞാനിനേയും തിരയുന്നു. അന്യവല്ക്കരിക്കപ്പെട്ടു പോകുന്ന അനുഭവങ്ങളെ പ്രത്യക്ഷ യാഥാർത്ഥ്യങ്ങൾക്കപ്പുറത്ത് സൗന്ദര്യാത്മ കമായി അവയിൽ വായിക്കാം. വളരെ സൗമ്യമായ രൂപങ്ങൾക്കകത്താണ് സങ്കീർണ്ണമായ പ്രമേയങ്ങൾ അനായാസം മുകുന്ദൻ എഴുതുന്നത്. അനാ യാസമായ എഴുത്തിന്റെ സ്വച്ഛന്ദത വായനയേയും സ്വാധീനിക്കുന്നു. ആധുനികതയുടെ പ്രതാപകാലത്ത് ഏറ്റവും റീഡബിലിറ്റിയുള്ള കഥക ളെഴുതിയ ഒരാൾ മുകുന്ദനാണ്. എല്ലാ ദേശത്തിലും ആ കഥകൾക്ക് വേരുകളുണ്ട്. കഥപറച്ചിലിന്റെയും കഥയെഴുത്തിന്റെയും മദ്ധ്യേയുള്ള ഒരു മാർഗ്ഗത്തിലൂടെയാണ് മിക്കവാറും മുകുന്ദന്റെ കഥകൾ സഞ്ചരി ക്കുന്നത്.

'മനുഷ്യൻ' എന്ന പേരിൽ മുകുന്ദൻ ഒരു കഥയെഴുതിയിട്ടുണ്ട്. ബഷീറിന്റെ മനുഷ്യനിൽനിന്ന് തികച്ചും വിഭിന്നം. മുതലാളി പറ ഞ്ഞതുപ്രകാരം ഒരു പെൺകുട്ടിയെ കൊല്ലാൻ വേണ്ടിപ്പോയ മനുഷ്യന്റെ അപ്രതീക്ഷിതമായ മാനസാന്തരമാണ് കഥയിലുള്ളത്. കോളേജ് വിട്ടു വരുന്ന പെൺകുട്ടിയെ കാത്തിരുന്ന് വഴിയിൽ അവൾക്കുമുന്നിൽ ചാടി വീണ ഭാസ്കരൻ ഒരുനിമിഷം ആലോചിച്ചു നിന്നു. കത്തി സ്വന്തം നെഞ്ചിലേക്കുതന്നെ കുത്തിയിറക്കുകയാണ്. അവിചാരിതമായ ഇത്തരം തിരിമറിച്ചിലുകൾ മുകുന്ദന്റെ കഥകളിൽ ധാരാളമുണ്ട്. ഒരു മനുഷ്യൻ എന്തെല്ലാം വൈരുദ്ധ്യങ്ങളാണെന്നാണ് ഈ കഥകൾ അന്വേഷിക്കുന്നത്. 'കാളവണ്ടിക്കാരൻ ചെക്കു' എന്ന കഥ ഹൃദ്യമായ നാട്ടുഭാഷയിൽ നമ്മെ മോഹിപ്പിച്ചുകൊണ്ട് എഴുതപ്പെട്ടിരിക്കുന്നു.

"കണാരന്റെ തിയ്യത്തിയുടെ പുര എന്റെ പുരയുടെ പടിഞ്ഞാറാണ്. വേനല്ക്കാലത്ത് ഞങ്ങളുടെ കിണർ വറ്റുമ്പോൾ ഞാൻ ചെന്നുകുളി ക്കാറുള്ളത് കണാരന്റെ കിണറ്റിൽനിന്നാണ്. അതിൽ നിറയെ കറ്റവാഴ കൾ വളർന്നുകിടപ്പുണ്ട്. കറ്റവാഴ തേച്ചുകുളിച്ചിട്ടാണ് എന്നു പറയ പ്പെടുന്നു, കണാരന്റെ തിയ്യത്തിക്ക് നാഭിയോളം മുടിയുണ്ട്."

കണാരന്റെ കുഞ്ഞിന്റെ നെഞ്ചിൽ തറഞ്ഞുകിടക്കുന്ന കാളവണ്ടി ക്കാരൻ ചെക്കുവിന്റെ കത്തി ആ കഥയ്ക്ക് വിചിത്രമായ ആകസ്മി കയുടെ സൗന്ദര്യം നല്കുന്നു. വടക്കേ മലബാറിലെ നാട്ടുപ്രദേശങ്ങളുടെ ജൈവികചലനങ്ങൾ പൊറ്റക്കാട്ടിനുശേഷം ഏറ്റവും സമൃദ്ധമായി ദൃശ്യ

വല്ക്കരിച്ചത് മുകുന്ദനാണ്. കാള വണ്ടിക്കാരൻ ചെക്കുവിന്റെ ഭാഷ ഗൃഹാതുരമായ ഒരു നാട്ടുചന്തത്തിലേക്ക് നമ്മെ കൊണ്ടുപോകുന്നു. ഭാഷയുടെ പരീക്ഷണങ്ങൾ രാസസൗന്ദര്യം ജ്വലിപ്പിക്കുന്നു. 'അവർ പാടുന്നു', 'ഇന്ദ്രിയങ്ങളിൽ ശൈത്യം' എന്നീ കഥകളിൽ സൈക്കഡലിക് സ്വപ്നങ്ങളും അനുഭൂതികളും നിറപ്പകിട്ടോടെ കഥയിൽ എഴുതുന്നത് മുകുന്ദനാണ്. പരീക്ഷണരൂപങ്ങളൊന്നും ആവർത്തിക്കപ്പെടുന്നില്ല. പുതിയ കാലത്തിലെത്തുമ്പോഴേക്കും മുകുന്ദന്റെ കഥ കൂടുതൽ സരളമായ ഒരു ഘടനയിൽ കാലത്തിന്റെ ആധി ഏറ്റുവാങ്ങുന്നു. കവി യാകാൻ ആഗ്രഹിച്ച ശങ്കരൻനായർ ഡ്രൈവറായി. കുറേ കാലത്തിനു ശേഷം അയാൾ ആ ജോലി ഉപേക്ഷിച്ച് കവിയാകാൻ തീരുമാനിക്കുന്നു. കാലത്തിന്റെ ധർമ്മസങ്കടങ്ങൾ ഘനീഭവിച്ചുകിടപ്പുണ്ട്. 'ചാലകനി'ൽ കാലം കാലനെപ്പോലെ മുകുന്ദന്റെ കഥകളിലേക്ക് പ്രവേശിക്കുന്നു. സമീപകാലത്ത് പ്രായം കഥാകാരനെക്കൊണ്ട് ചില കഥകൾ എഴുതിക്കുന്ന അനുഭവമുണ്ട്. പഴയ മുകുന്ദന് ചാലകൻ എഴുതാനാവില്ല. പിന്നിട്ടുപോന്ന വഴികളിൽ വീണുകിടക്കുന്ന കാലത്തിന്റെ അടയാളങ്ങൾ നിശ്വാസത്തോടെ തിരിഞ്ഞുനോക്കുന്ന മനുഷ്യർ ഇപ്പോൾ മുകുന്ദന്റെ കഥകളിൽ ഇടംകണ്ടെത്തുന്നു.

ആധുനികതയുടെ കാതം പിന്നിടുന്നതോടെ മുകുന്ദന്റെ കഥകൾ ഒരു സാമൂഹികജീവിതത്തിന്റെ പ്രത്യയശാസ്ത്ര മണ്ഡലങ്ങളോട് മമത കാണിച്ചുതുടങ്ങുന്നു. 'ദൽഹി – 1981', 'ഒരു ക്ലാർക്കിന്റെ കുടുംബം' എന്നീ രണ്ട് കഥകൾ വാപിളർന്ന് നില്ക്കുന്ന ഉപഭോഗ സംസ്കാരത്തിന്റെ കിരാതരൂപങ്ങളെ പ്രവചിക്കുകയുണ്ടായി. ഏത് രാക്ഷസീയവൈകൃത ങ്ങളേയും സൗന്ദര്യമായി വായിച്ചെടുക്കുന്ന ഒരു ജീർണ്ണസംസ്കാര ത്തിന്റെ ശരീരങ്ങൾ വർദ്ധിത വീര്യത്തോടെ ഇന്ത്യയിൽ രൂപംകൊള്ളു ന്നതിന്റെ വ്യക്തമായ ചിത്രം 80 കളുടെ ആരംഭത്തിൽ പ്രവചനസ്വര ത്തിൽ ഈ കഥകൾ പ്രഖ്യാപിച്ചു. *ദൽഹി 1981* എഴുതപ്പെട്ടിട്ട് 35 വർ ഷമായെന്ന് നാം മറന്നിരിക്കുന്നു. ആ കഥയുടെ ഉള്ളടക്കം ഇപ്പോഴും നമ്മുടെ ചുറ്റുപാടും നിറഞ്ഞുഞെട്ടിച്ചുകൊണ്ടേയിരിക്കുന്നു. രാജീന്ദ്ര പാണ്ഡെയെയും കിശോർ ലാലിനെയുംപോലെ ഒരു സമൂഹമാകെ ഒരു ഈസ്റ്റ്മാൻ സിനിമാസ്കോപ്പ് ചിത്രം കാണുന്നതുപോലെ നോക്കി നില്ക്കുകയാണ്. എല്ലാവരും വെറും കാണികൾ മാത്രമായി നിശ്ചല രായിരിക്കുന്നു. രാജീന്ദർപാണ്ഡെയുടെ മുറി ഒരു വൻനഗരമായി രൂപാ ന്തരപ്പെടുന്ന, രാജീന്ദരും കിശോറും 55 ലക്ഷം വരുന്ന ഒരു വലിയ ജന തയായി മാറുന്ന ഒരു ഇന്ത്യൻ ചിത്രം കഥാവസാനം മുകുന്ദൻ വരയ് ക്കുന്നുണ്ട്. ആ ചിത്രം ഇന്ന് നമ്മുടെ യാഥാർത്ഥ്യമായി പത്മതീർത്ഥ ക്കുളത്തിൽ മനുഷ്യനെ മുക്കിക്കൊല്ലുന്ന ദൃശ്യത്തിലേക്ക് മിഴിയുന്നിനില് ക്കുന്ന കേരളീയ സത്യമായി. ഭർത്താവിനെ ഇടിച്ചുവീഴ്ത്തി ഭാര്യയെ ബലാത്സംഗം ചെയ്യുന്ന കഥ ഈയാഴ്ചയും പത്രവാർത്തയായി. ഇളം കൊക്കുകൊണ്ട് മൂർദ്ധാവിൽ ഒന്ന് കൊത്താൻ ഒരു പ്രാവും വരുന്നില്ല.

മുകുന്ദന്റെ കഥയുടെ പ്രവചനയാഥാർത്ഥ്യത്തിൽ തൊട്ടുരുമ്മി നില്ക്കുന്ന നാം എങ്ങനെയുള്ള കാണികളാണ്? ഭർത്താവിനെ ആക്രമിച്ച് ഭാര്യയെ ബലാത്സംഗം ചെയ്യാൻ പോകുന്ന ആ രണ്ടു തെമ്മാടികളെ കൗതുക ത്തോടെ നോക്കി ആരായിരിക്കും ആദ്യം എന്ന് ചോദിക്കുന്ന അതേ കാണിതന്നെ വെറും കാഴ്ചക്കാരായി. നാം നിശ്ശേതനരാകുന്ന വരുംകാല യാഥാർത്ഥ്യങ്ങളെ മുകുന്ദന്റെ കഥ ദീർഘദർശനം ചെയ്തു. കാലത്തിന്റെ ഫോട്ടോവിലേക്കും കണ്ണാടിയുടെ ഉൾക്കാഴ്ചകളിലേക്കും മുകുന്ദന്റെ കഥ ഊർജ്ജസ്വലമായി ഇപ്പോൾ നോക്കിക്കൊണ്ടിരിക്കുന്നു.

മാഞ്ഞുപോയ വടക്കൻ ഭാഷയുടെ പത്തായപ്പുര തുറന്നാണ് *കുട നന്നാക്കുന്ന ചോയി* വന്നത്. ഇപ്പോൾ മുകുന്ദൻ എഴുതുന്ന കഥകളൊ ക്കെയും ആ ഭാഷയുടെ മിന്നൽ പൊടിപ്പുകൾ തിളക്കിക്കാണിക്കുന്നു. 'അച്ഛനും' 'ഓട്ടോറിക്ഷക്കാരന്റെ ഭാര്യ'യുമെല്ലാം നാട്ടുകഥയുടെ പുതിയ നിർമ്മിതികളാകുന്നു. എം മുകുന്ദൻ എന്ന എഴുത്തുകാരൻ സ്വയം നവീ കരിച്ചുകൊണ്ടേയിരിക്കുന്നു. പ്രായത്തെ തോല്പിച്ചുകൊണ്ടാണ് അസാ ധാരണ രംഗശില്പികൾ ആഖ്യാനം വിന്യസിപ്പിക്കുന്നത്.

കുട്ടിക്കാലം

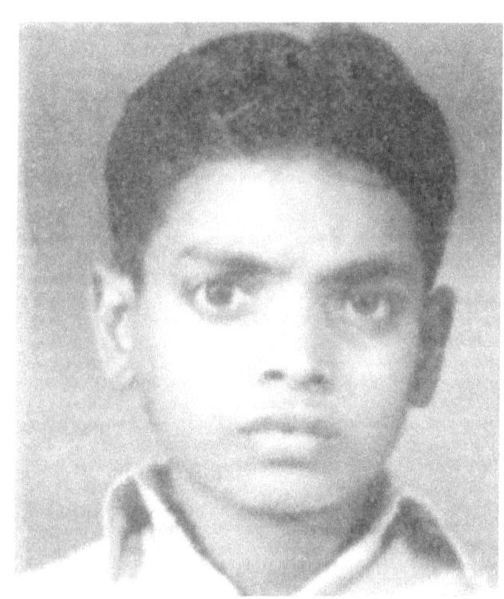

എം മുകുന്ദൻ: ഒരു ബാല്യകാല ചിത്രം

ആയിരത്തിത്തൊള്ളായി രത്തി നാല്പത്തി രണ്ടിൽ മയ്യഴി യിലെ ഒരിടത്തരം കുടുംബ ത്തിൽ, മണിയമ്പത്ത് കൃഷ് ണന്റെയും കുറുമ്പാത്തിയുടെ യും എട്ടുമക്കളിൽ അഞ്ചാമ നായി ജനിച്ചു. ഇടതുപക്ഷ ആശ യങ്ങളുടെയും കമ്യൂണിസ്റ്റ് ആശ യങ്ങളുടെയും വേരുകൾ ആഴ് നിറങ്ങിയ, സാംസ്കാരികമായും സാമൂഹ്യമായും ഏറെ പ്രബുദ്ധ തയുള്ള ഒരു കുടുംബം.

എല്ലാവരെയുംപോലെ എനിക്കും ഒരു കുട്ടിക്കാലമുണ്ടാ യിരുന്നു. അന്ന് മയ്യഴി ഫ്രഞ്ചു കാർ ഭരിക്കുന്ന ഒരു പ്രദേശമാ യിരുന്നു. അതായത് അന്ന് മയ്യഴി ഫ്രാൻസിന്റെ ഭാഗമായിരുന്നു. അങ്ങനെ ഞാൻ ജനിച്ചത് ഒരു ഫ്രഞ്ചുപൗരനായിട്ടായിരുന്നു.

മയ്യഴിയിൽ എല്ലായിടത്തും ഒരു ഫ്രഞ്ച് അന്തരീക്ഷമായിരുന്നു അക്കാലത്ത്. റോഡിലൂടെ ആളുകൾ ഫ്രഞ്ചിൽ സംസാരിച്ചുകൊണ്ടു നടന്നുപോകുന്നത് കാണാമായിരുന്നു. മയ്യഴിയിൽ ഒരു പ്രശസ്തമായ പള്ളിയുണ്ട്. വിശുദ്ധ ത്രേസ്യാമ്മയാണ് പ്രതിഷ്ഠ. ക്രൈസ്തവർ മാത്ര മല്ല, എല്ലാ മതക്കാരും ജാതിക്കാരും പോകുന്ന ഒരു ആരാധനാലയമാണ്

അത്. ഇന്നും അങ്ങനെതന്നെ. ഴാന്ന് ദാർക്കിന്റെ (John of Arc) ഒരു വിഗ്രഹവും അവിടെയുണ്ട്. ഫ്രഞ്ച് ദേശീയതയുടെയും സ്വാതന്ത്ര്യത്തി ന്റെയും പ്രതീകമാണ് ഴാന്ന് ദാർക്. അവിടെ പോയിരുന്നാൽ ആളുകൾ തൊഴുന്നതു കാണാം. ചിലർ മെഴുകുതിരി കത്തിച്ചു വയ്ക്കുന്നുണ്ടാകും. ഈ അന്തരീക്ഷത്തിലാണ് ഞാൻ ജനിച്ചത്. മരിക്കാതെ വളർന്നത്.

അക്കാലത്തെ മയ്യഴിയിലെ പ്രശസ്തമായ വിദ്യാലയമായിരുന്നു കൊല്ലേഴ് ലബൂർദോന്നേ (College Labourdonnais). നൂറു വർഷം മുമ്പ് ഫ്രഞ്ചുകാരുടെ കാലത്ത് തുടങ്ങിയതാണ് അത്. ഫ്രഞ്ച് ഈസ്റ്റ് ഇന്ത്യാ കമ്പനിയിലെ ഒരു ലഫ്റ്റനന്റ് ആയിരുന്നു ബെർത്രാം - ഫ്രാൻസ്വാ മാഹേ ദ് ലബൂർദോന്നേ (Bertrand- Francois Mahe de Labou-donnais). ബ്രിട്ടീഷുകാരെ യുദ്ധത്തിൽ തോല്പിച്ച് മയ്യഴി തിരികെ കൈവശപ്പെടു ത്തിയത് അയാളായിരുന്നു. അയാളുടെ പേരിലാണ് എന്റെ തലമുറ പഠിച്ച മയ്യഴിയിലെ പ്രശസ്തമായ വിദ്യാലയം അറിയപ്പെട്ടിരുന്നത്. ഇന്നതില്ല. പുഴയുടെ കരയിലുള്ള മഞ്ഞച്ചായം തേച്ച ആ എടുപ്പ് എന്റെ തീവ്ര മായ ഒരു ഗൃഹാതുരത്വമാണ്.

ഇന്നത്തെപ്പോലെ പ്ലേ സ്കൂളോ നഴ്സറി സ്കൂളോ ഉണ്ടായിരുന്നില്ല. ഒരു സായിവുണ്ടായിരുന്നു. ചാർലി സായിവ്. മയ്യഴി പള്ളിയുടെ അരികി ലായിരുന്നു ചാർലി സായിവിന്റെ ഓടിട്ട, ധാരാളം ചെടികളും പൂക്കളും ഉള്ള ചെറിയ വീട്. കുട്ടികൾ സ്കൂളിൽ പോകുന്നതിനുമുമ്പ് അക്ഷരം പഠിക്കാൻ ഈ സായിവിന്റെ വീട്ടിലാണ് പോയിരുന്നത്. ഒരുപാട് പ്രായ മുള്ള ആളായിരുന്നു അത്. എനിക്ക് നാല് വയസ്സുള്ളപ്പോൾ ഒരു ദിവസം അച്ഛൻ എന്നെ അവിടെ ചേർത്തു. മയ്യഴിയിലെ വലിയ കമ്യൂണിസ്റ്റുകാ രനായ എന്റെ അമ്മാവൻ സി പി കുമാരനാണ് എന്റെ നാവിൽ സ്വർണ്ണ മോതിരം കൊണ്ട് ആദ്യാക്ഷരം കുറിച്ചത്. എന്നെ അക്ഷരമാല പഠിപ്പി ച്ചത് ചാർലിസായിവും. ഫ്രഞ്ച് അക്ഷരമാലയാണ് അദ്ദേഹം പഠിപ്പിച്ചത്. ആ, ബേ, സേ, ദേ.... അങ്ങനെ പോകുന്നു അത്. ഫ്രഞ്ച് ഭാഷയിൽ സംസാരിക്കുന്നവർ മാത്രമല്ല, ഫ്രഞ്ചിൽ ചിന്തിക്കുന്നവർ പോലും മയ്യ ഴിയിലുണ്ടായിരുന്നു. അങ്ങനെ എന്റെ വളർച്ചയുടെ ആദ്യഘട്ടം എല്ലാം ഫ്രഞ്ചുമയമായിരുന്നു.

പഴയ ചങ്ങാതിക്കൂട്ടം

എന്റെ ബാല്യകാലം ഏകാന്തതയുടേതായിരുന്നു. ആ കാലത്തെ എന്റെ ഏക സുഹൃത്ത് സി എച്ച് ഗംഗാധരനായിരുന്നു. സ്കൂൾ കാലത്തേ ഞങ്ങൾ ചങ്ങാതിമാരായിരുന്നു. ഗംഗാധരൻ പിന്നീട് മയ്യഴിയെക്കുറിച്ച് ഒരു പുസ്തകം എഴുതുകയുണ്ടായി. ഏകദേശം പതിനാറു വയസ്സായ പ്പോൾ എനിക്ക് രണ്ടു ചങ്ങാതിമാർ കൂടിയുണ്ടായി. ഹരിഹരനും (ഹരി ഹരൻ മാഷ്) ശിവദാസനും. സാഹിത്യത്തിലുള്ള താല്പര്യമാണ് ഞങ്ങളെ അടുപ്പിച്ചത്. വൈകുന്നേരങ്ങളിൽ ഒന്നിച്ചുനടക്കും. പ്രധാന മായും പുസ്തകങ്ങളെക്കുറിച്ചാണ് സംസാരിക്കുക. സ്കൂൾ ലൈബ്രറി

യിൽ വളരെ കുറച്ച് പുസ്തകങ്ങൾ മാത്രമേ ഉണ്ടായിരുന്നുള്ളൂ. അതൊക്കെ പലരും സംഭാവന നല്കിയതായിരുന്നു. ഞാൻ കഥയെ ഴുതിത്തുടങ്ങിയ കാലത്ത് ഒരു സാഹസികപ്രവൃത്തി ചെയ്തു. സ്കൂളിൽ പ്രഗത്ഭനായ ഒരു അദ്ധ്യാപകനുണ്ടായിരുന്നു. അദ്ദേഹം വളരെ കണി ശക്കാരനായിരുന്നു. പരമേശ്വര അയ്യർ. അദ്ദേഹം കെ ജി സുബ്രഹ്മണ്യൻ എന്ന വലിയ ചിത്രകാരന്റെ കുടുംബത്തിൽപ്പെട്ട ഇളയച്ഛനോ മറ്റോ ആയി രുന്നു. വേറെ ഞാൻ വളരെയധികം ബഹുമാനിക്കുന്ന ഒരു അദ്ധ്യാപക നുണ്ടായിരുന്നു. സുഹൃത്തുക്കൾ ആവശ്യപ്പെട്ടതനുസരിച്ച് ഞാൻ അദ്ദേ ഹത്തെക്കുറിച്ച് ഒരു കഥയെഴുതി. 'വിഭജനം' എന്നായിരുന്നു ആ കഥ യുടെ പേര്. *മലയാളമനോരമ* ആഴ്ചപ്പതിപ്പിലാണ് അത് പ്രസിദ്ധീകരി ച്ചത്. അത് ആ അദ്ധ്യാപകനെ വളരെയധികം വേദനിപ്പിച്ചിരുന്നു. ഞാനും അതിൽ വളരെ ദുഃഖിച്ചിരുന്നു. പശ്ചാത്തപിച്ചിരുന്നു. എനിക്ക് ഒട്ടും പക്വത വന്നിട്ടില്ലാത്ത കാലത്ത് എഴുതിയ ഒരു കഥയായിരുന്നു അത്. സ്കൂളിൽ ആൺകുട്ടികളും പെൺകുട്ടികളും ഒന്നിച്ചിരിക്കുന്ന രീതിയു ണ്ടായിരുന്നു അന്ന്. ഒരു സൈഡിൽ ആൺകുട്ടികളും മറ്റേ സൈഡിൽ പെൺകുട്ടികളും ഇരിക്കും. ഒരു ദിവസം വാർത്ത വന്നു. സ്കൂൾ വിഭജി ക്കപ്പെടാൻ പോകുന്നു. പെൺകുട്ടികൾക്കും ആൺകുട്ടികൾക്കും വെവ്വേറെ സ്കൂളുകൾ. ആ തീരുമാനത്തിന്റെ കാര്യത്തിൽ മുൻകൈ യെടുത്തത് ഞങ്ങളുടെ പ്രഗത്ഭനായ അദ്ധ്യാപകനായിരുന്നു. ക്ലാസുമു റികളിൽനിന്നാണ് പ്രണയം ജനിക്കുന്നത്. ഒരു സൈഡിൽ ഇരിക്കുന്ന ആൺകുട്ടികളിൽ എല്ലാവരുംതന്നെ മറുഭാഗത്തിരിക്കുന്ന പെൺകുട്ടിക ളിൽ ആരെയെങ്കിലും പ്രണയിച്ചിരുന്നു. രണ്ടും മൂന്നും ആൺകുട്ടികൾ ഒരേ പെൺകുട്ടിയെ പ്രണയിക്കുന്ന സംഭവവും അന്നുണ്ടായിരുന്നു. സ്കൂൾ വിഭജിക്കപ്പെടുന്നുവെന്ന വാർത്ത കേട്ടതോടെ ആൺകുട്ടികൾക്ക് ഉറക്കമില്ലാതെയായി.... അതായിരുന്നു 'വിഭജനം' എന്ന കഥയുടെ ഉള്ള ടക്കം.

സ്കൂളിലെ ആഘോഷങ്ങളെല്ലാം ഫ്രഞ്ച് ആഘോഷങ്ങളാണ്. ആഗസ്ത് പതിനഞ്ചിന് രാജ്യത്തെ സ്കൂളുകളിലെല്ലാം ദേശീയ പതാക ഉയർത്തുമ്പോൾ ഞങ്ങളുടെ സ്കൂളിൽ മാത്രം പതാകയുയർത്തിയില്ല. ഫ്രഞ്ച് റിപ്പബ്ലിക് ദിനമായ ജൂലൈ 15 ആണ് ഞങ്ങളുടെ വിദ്യാലയ ങ്ങൾ ആഘോഷിച്ചിരുന്നത്. അന്ന് സ്കൂളിൽ ഫ്രഞ്ചുപതാകകൾ പാറും.

പത്തു പന്ത്രണ്ട് വയസ്സിൽത്തന്നെ കുട്ടികൾ ലൈബ്രറികളിൽ പോയി വായിക്കാൻ തുടങ്ങും. പുസ്തകങ്ങൾ എടുത്ത് വീട്ടിൽ കൊണ്ടു പോകുകയും ചെയ്യും. അത്ര തീവ്രമായിരുന്നു ആ കാലത്തെ വായനാ ശീലം. പെൺകുട്ടികളെയല്ല, പുസ്തകങ്ങളെയാണ് ഞാൻ പ്രണയിച്ചി രുന്നത്. കെ ബാലകൃഷ്ണന്റെ പത്രാധിപത്യത്തിൽ ഇറങ്ങുന്ന *കൗമുദി* വാരികയോട് എനിക്ക് തീവ്രപ്രണയം തന്നെയുണ്ടായിരുന്നു. വായന ശാലയിൽനിന്നു ഞാൻ പതിവായി *കൗമുദി* വാരികകൾ മോഷ്ടിക്കുമാ യിരുന്നു. വാരിക വാങ്ങാൻ കൈയിൽ പൈസയില്ലാത്തതുകൊണ്ടായി

രുന്നു ഞാനത് ചെയ്തത്. ഒരിക്കൽ വായനശാലയുടെ പ്രസിഡന്റ് കൂടി യായ അമ്മാമൻ സി പി കുമാരൻ അത് കണ്ടുപിടിക്കുകയുണ്ടായി. മോഷ്ടിച്ചു വീട്ടിൽ കൊണ്ടുപോയ ലക്കങ്ങൾ അവിടെത്തന്നെ കിടക്കട്ടെ. പക്ഷേ, ഇനിയൊരിക്കലും ആഴ്ചപ്പതിപ്പുകളോ പുസ്തകങ്ങളോ കട്ടു കൊണ്ടുപോകരുതെന്ന് അദ്ദേഹം നിർദ്ദേശിച്ചു. ആ നിർദ്ദേശം ഞാൻ അനുസരിച്ചു.

പാതാറിൽ സ്ഥിതിചെയ്യുന്ന സർക്കാർ വക ബിബ്ലിയോത്തേക് പ്യൂബ്ലിക് (bibliotheque publique) എന്ന പബ്ലിക് ലൈബ്രറിയിലാണ് ധാരാളം നല്ല പുസ്തകങ്ങൾ ഉണ്ടായിരുന്നത്. ഞാനും ഹരിഹരനും അവിടെ അംഗമാകാൻ ചെന്നു. അവിടെ അംഗമാകണമെങ്കിൽ രണ്ടുറു പ്പിക ഡിപ്പോസിറ്റ് നല്കണം. അത് താങ്ങാൻ വയ്യാത്ത അത്രയും വലി യൊരു തുകയായിരുന്നു. ഡൽഹിയിലുള്ള രാഘവേട്ടൻ (കഥാകൃത്ത് എം രാഘവൻ) അമ്മയ്ക്ക് എല്ലാ മാസവും മണിയോർഡർ അയക്കുമാ യിരുന്നു. ഞാനാണ് ഒപ്പിട്ട് തപാൽശിപായിയുടെ കൈയിൽനിന്നു പണം വാങ്ങുക. ആ മാസം രണ്ടുറുപ്പിക മാറ്റി വെച്ച് ബാക്കി അമ്മയ്ക്ക് കൊടുത്തു. അമ്മ നിരീച്ചത്, ആ മാസം രാഘവേട്ടൻ അത്രമാത്രമേ അയ ച്ചിരുന്നുള്ളൂ എന്നാണ്. "ഓന് ബുദ്ധിമുട്ടാകും" അമ്മ പറഞ്ഞു. "വീട്ടു വാടക കൊടുക്കണ്ടേ? ആപ്പീസില് പോകാൻ ബസിനും കാറിനും പൈശ വേണ്ടേ?" പിന്നീടൊരിക്കൽ ഞാൻ അമ്മയോട് സത്യം തുറന്നുപറയു കയുണ്ടായി. "ഇന്റെ ചന്തിക്ക് ഞാനൊരു വീക്ക് വെച്ചുതരും. ഈട അടു പ്പില് തീ പൊകയ്ന്നില്ല. അപ്പളാ ഇഞ്ഞി രണ്ടുറുപ്പിക വായനശാലേല് കൊണ്ടക്കൊടക്ക്ന്ത്." ഞാൻ എഴുത്തുകാരനായപ്പോൾ അമ്മ വളരെ സന്തോഷിച്ചിരുന്നു. ഞാൻ കക്കുകയും കളവ് പറയുകയും ചെയ്തു. പക്ഷേ, എഴുത്തുകാരനായില്ലേ? സത്യം മാത്രം പറഞ്ഞാൽ എഴുത്തു കാരനാകില്ലെന്ന് പിന്നീട് എനിക്ക് ബോധ്യപ്പെടുകയുണ്ടായി.

ഞാനും എന്റെ ചങ്ങാതി ഗംഗാധരനും കളിയിൽ അല്പം പിറകി ലായിരുന്നു. മറ്റു കുട്ടികൾ പള്ളിമെതാനിയിൽ ബാറ്റ്മിന്റനും പ്ലാസ് ദാർമിൽ ഫുട്ബോളും കളിക്കുമ്പോൾ ഞങ്ങൾ പുസ്തകം വായിച്ച് ഇരുന്നു. നാലപ്പാട്ട് നാരായണമേനോൻ വിവർത്തനം ചെയ്ത വിക്ടർ ഹ്യൂഗോവിന്റെ *പാവങ്ങൾ* ഞങ്ങൾ പതിനാലു വയസ്സിലേ വായിച്ചു. അതുപോലെ ടോൾസ്റ്റോയിയുടെ *യുദ്ധവും സമാധാനവും* ദസ്തയേവി സ്കിയുടെ *കുറ്റവും ശിക്ഷയും* അതേ പ്രായത്തിൽ വായിച്ചു. ഇതിന്റെ യൊക്കെ വിവർത്തനങ്ങൾ മാഹി സ്പോർട്സ് ക്ലബ് ലൈബ്രറിയിൽ ഉണ്ടായിരുന്നു. സ്പോർട്സ് ക്ലബ് എന്നാണ് പേരെങ്കിലും അവിടുത്തെ പ്രധാന ആക്ടിവിറ്റി സാഹിത്യവും കമ്യൂണിസവുമായിരുന്നു. ഈ സ്പോർട്സ് ക്ലബ്ബാണ് *മയ്യഴിപ്പുഴയുടെ തീരങ്ങളിലെ* വിജ്ഞാന പോഷിണി വായനശാല. അവിടെ ചെലവഴിച്ച എണ്ണമറ്റ ദിനങ്ങൾ വലി യൊരു അനുഭവമായിരുന്നു. ഇപ്പോൾ ഏകദേശം അൻപത് അൻപത്തഞ്ച് വർഷങ്ങൾ കഴിഞ്ഞു.

തിരിഞ്ഞുനോക്കുമ്പോൾ വല്ലാത്തൊരു ഫീലിങ്ങാണ്. ചെറുപ്രായ ത്തിൽത്തന്നെ ഈയൊരു അന്തരീക്ഷത്തിലാണ് ഞാൻ ജീവിച്ചത്. ഞങ്ങൾക്ക് മാത്രമല്ല, പൊതുവെ എല്ലാവർക്കും നല്ല വായനാശീലമു ണ്ടായിരുന്നു. അടുപ്പിൽ തീ പുകയാത്ത വീടുകളായിരുന്നു ഏറെയും. എന്നിട്ടും എല്ലാവരും ആർത്തിയോടെ വായിച്ചു. വായനാശാലകളിൽ കിട്ടാവുന്ന എല്ലാ പുസ്തകങ്ങളും ഞങ്ങൾ ഊറ്റിക്കുടിച്ചു. പലർക്കും ഒന്നിലേറെ വായനശാലകളിൽ മെമ്പർഷിപ്പുണ്ടായിരുന്നു. ഞാൻ നാല് ലൈബ്രറികളിൽ അംഗമായിരുന്നു. മാഹി സ്പോർട്സ് ക്ലബ്ബ്, ബിബ്ലി യോത്തേക്ക് പ്യൂബ്ലിക്, അഴിയൂരിലെ തുഞ്ചൻ വായനശാല, തലശ്ശേരി ടെമ്പിൾ ഗെയിറ്റിലെ വായനശാല അങ്ങനെ നാല് ലൈബ്രറികളിൽ. തുഞ്ചൻ വായനശാലയൊഴികെ ബാക്കിയെല്ലാം ഇപ്പോഴുമുണ്ട്. അവി ടെയൊക്കെ ഉണ്ടായിരുന്നത് നല്ല നല്ല പുസ്തകങ്ങളായിരുന്നു. യുവത്വ ത്തിനെ സ്വാധീനിച്ചത് മാഹി സ്പോർട്സ് ക്ലബ് ആയിരുന്നു. അവിടെ ഒരുവിധം നല്ല പുസ്തകങ്ങൾ ഉണ്ടായിരുന്നു. മാഹി സ്പോർട്സ് ക്ലബ്ബ് ലൈബ്രറിക്കു വേണ്ടി പുസ്തകങ്ങൾ തെരഞ്ഞെടുത്തത് ഈ സി ജയ രാമൻ മാസ്റ്ററായിരുന്നു. അതായത്, *മയ്യഴിപ്പുഴയുടെ തീരങ്ങളിലെ* കുഞ്ഞ നന്തൻ മാസ്റ്റർ.

ഗുരുവും ജ്യേഷ്ഠസഹോദരനും

ഞങ്ങളുടെ വഴികാട്ടിയായി രുന്നു ജയരാമൻ മാസ്റ്റർ. അസാധാ രണമായ വ്യക്തിത്വത്തിന്റെ ഉടമയാ യിരുന്നു മാസ്റ്റർ. അദ്ദേഹം രോഗിയാ യിരുന്നു. എന്റെ കുട്ടിക്കാലം ഒരു പാട് രോഗങ്ങളുമായി ബന്ധപ്പെട്ടു കിടക്കുന്നു. എപ്പോഴും അസുഖമാ യിരുന്നു. രോഗാതുരമായ എന്റെ ശരീരം മനസ്സിന്റെ ഏകാന്തത വർദ്ധിപ്പിച്ചു. ഏകാന്തത സർഗ്ഗാത്മ കതയുടെ ഒരു പ്രധാന ഉത്തേജക മാണ്. ഒരുപക്ഷേ, എന്നിലെ എഴു ത്തുകാരന്റെ ശൈശവത്തിൽ സർഗ്ഗാ ത്മകതയെ തൊട്ടുണർത്തിയതും അതുതന്നെയാകാം. രോഗിയായ ഞാനും രോഗിയായ മാഷും. രോഗ

ജയരാമൻ മാസ്റ്റർ

മാണ് ഞങ്ങളെ ബന്ധപ്പെടുത്തിയത് എന്നു പറയാം. മാഷിന്റെ രോഗം വളരെ സീരിയസ് ആയിരുന്നു. ഹൃദ്രോഗമായിരുന്നു. അന്നതിനു ചികി ത്സയുണ്ടായിരുന്നില്ല. മരണശിക്ഷയ്ക്കു വിധിക്കപ്പെട്ട ആളായിരുന്നു. ഹൃദയത്തിന്റെ വാൽവിന് തകരാറായിരുന്നു. ഹൃദയവാൽവിന് കേടുവ

ന്നാൽ അന്നതിന് ചികിത്സയില്ലായിരുന്നു. അദ്ദേഹം കുറേശ്ശേ അറിഞ്ഞു കൊണ്ടുതന്നെ മരിച്ചുകൊണ്ടു ജീവിക്കുകയായിരുന്നു. എന്നിട്ടും ബൗദ്ധി കമായി അദ്ദേഹം ഊർജ്ജസ്വലനായിരുന്നു. എന്റെ ബാല്യകാലത്തെ മയ്യഴിയുടെ സാംസ്കാരിക പ്രബുദ്ധതയുടെ പ്രഭവകേന്ദ്രമായിരുന്നു ജയ രാമൻ മാസ്റ്റർ. അദ്ദേഹമാണ് എന്നെയും ഗംഗാധരനെയും ഹരിഹര നെയും വായനയുടെ ലോകത്തിലേക്കു നയിച്ചത്. ഞാൻ ഡൽഹിയി ലേക്കു പോകുന്നതിനു മുമ്പുതന്നെ സാർത്രിന്റെ ചിന്താലോകത്തെക്കുറി ച്ച്, വളരെ പ്രാഥമികമാണെങ്കിലും, ചെറിയൊരു ഐഡിയ എനിക്കുണ്ടാ യിരുന്നു. അത് മാഷ് നല്കിയതായിരുന്നു. അദ്ദേഹം ബിബ്ലിയോത്തേക്ക് പ്യൂബ്ലിക്കിൽ ചെന്നിരുന്നു. *LE MONDE* എന്ന ഫ്രഞ്ച് പത്രം വായിക്കു മായിരുന്നു. അതിൽ സാർത്രിനെയും കമ്യൂവിനെയും കുറിച്ചുള്ള ലേഖ നങ്ങൾ, ഫോട്ടോ സഹിതം, പതിവായി വരുമായിരുന്നു.

മയ്യഴിപ്പുഴയുടെ തീരങ്ങളിലെ കുഞ്ഞനന്തൻ മാസ്റ്ററിൽ ജയരാമൻ മാസ്റ്റർ അതേപടിയുണ്ട്. കഥാപാത്രം മരിക്കണം. അതായിരുന്നു അതിന്റെ രീതി. എന്റെ മനസ്സിൽ വിഭാവനം ചെയ്തത് അതേപോലെ യായിരുന്നു. അദ്ദേഹം മരിക്കുന്ന രംഗങ്ങളൊക്കെ, ഹൃദയത്തിന് അസു ഖമുള്ള ഒരാൾ മരിക്കുന്നതുപോലെയാണ് അവതരിപ്പിച്ചത്. നോവൽ ഖണ്ഡശ്ശ: പ്രസിദ്ധീകരിക്കുമ്പോൾ മാഷ് ജീവിച്ചിരിപ്പുണ്ട്. ഞാൻ അല്പം ഭയത്തോടെയാണ് അദ്ദേഹത്തെ ചെന്നുകണ്ടത്. പക്ഷേ, അദ്ദേഹം ചിരിച്ചു കൊണ്ടാണ് എന്നോടു സംസാരിച്ചത്. നോവൽ വളരെ നന്നായിട്ടുണ്ടെ ന്നൊക്കെ പറഞ്ഞ് എന്നെ അനുഗ്രഹിക്കുകയും അഭിനന്ദിക്കുകയും ചെയ്തു. നമുക്ക് എപ്പോഴും ഒരു മാതൃക വേണം. എനിക്ക് മാതൃക മാഷായിരുന്നു. എന്റെ ജീവിതദർശനത്തിന്റെ പിറകിൽ, പ്രത്യേകിച്ച് മര ണോപാസനയ്ക്ക് പിറകിൽ, അദ്ദേഹമുണ്ടായിരുന്നു. അദ്ദേഹം കല്യാണം കഴിച്ചിരുന്നില്ല. ഏതു നിമിഷവും മരിച്ചുപോകാവുന്ന ഒരു രോഗമുള്ള ആൾ എങ്ങനെ വിവാഹം കഴിക്കുവാനാണ്? അങ്ങനെ ഒരു ജീവിതം നയിക്കുമ്പോഴും മാഷ് പോസിറ്റീവായാണ് ചിന്തിച്ചത്. സന്തോഷവാനായിരുന്നു. പക്ഷേ, ഞാൻ അതെല്ലാം നെഗറ്റീവായാണ് കണ്ടത്. എനിക്കൊരു ഇരുണ്ട ജീവിതവീക്ഷണമാണ് ഉണ്ടായിരുന്നത്. എന്നെ ഒരുപാട് പ്രോത്സാഹിപ്പിച്ച ആളാണ് അദ്ദേഹം. *മയ്യഴിപ്പുഴയുടെ തീരങ്ങളിൽ* കുഞ്ഞനന്തൻ മാസ്റ്ററുടെ മരണം ഞാൻ വിശദമായി ചിത്രീ കരിച്ചിട്ടുണ്ടല്ലോ. ജയരാമൻ മാസ്റ്റർക്ക് അത് വായിച്ചപ്പോൾ എന്തു തോന്നിയിരിക്കും? കണ്ണിറുക്കി ചെറിയൊരു ചിരിയോടെ നന്നായിട്ടുണ്ട് എന്നാണ് എന്നോട് മാസ്റ്റർ പറഞ്ഞത്. സ്വന്തം മരണത്തെ ശിഷ്യൻ മുൻകൂട്ടിക്കണ്ട് ചിത്രീകരിച്ചതിനോട് അങ്ങനെയാണ് അദ്ദേഹം പ്രതി കരിച്ചത്. *മയ്യഴിപ്പുഴയുടെ തീരങ്ങളിൽ* എഴുതുവാനുണ്ടായ സാഹചര്യ ങ്ങൾ അല്പം വ്യത്യസ്തമാണ്. ചില നോവലുകളും കഥകളും മന സ്സിൽ ജനിച്ച് കുറച്ചുകാലം അവിടെ പരിഭവിച്ചും കലഹിച്ചും കാത്തു കിടക്കും. അവസാനം ഒരിക്കലും എഴുതപ്പെടാതെ എന്നെന്നേക്കുമായി അപ്രത്യക്ഷമാവുകയും ചെയ്തെന്നു വരാം.

മയ്യഴിപ്പുഴയുടെ തീരങ്ങളിൽ ഒഴിഞ്ഞുമാറാതെ ഒരു ബാധപോലെ മനസ്സിൽ എന്നുമുണ്ടായിരുന്നു. വളരെ ചെറുപ്പത്തിൽ പത്ത് പതിനാലു വയസ്സുള്ളപ്പോഴാണ് *മയ്യഴിപ്പുഴയുടെ തീരങ്ങളിൽ* മനസ്സിലേക്ക് കടന്നു വന്നത്. നോവലെഴുതേണ്ടത് എങ്ങനെയെന്നുപോലും അറിയാത്ത കാലത്ത്. നോവലിനെ സംബന്ധിച്ച് നമ്മൾ എഴുതുന്നതല്ല പ്രധാനം. എഴുതാൻ ആറുമാസമോ ഒരു വർഷമോ അല്ലെങ്കിൽ രണ്ട് വർഷമോ എടുക്കേണ്ടി വന്നേക്കാം. ഒരു നോവൽ മനസ്സിൽ വികസിച്ച് രൂപപ്പെട്ട് വരാൻ വർഷങ്ങളെടുക്കും. ചിലപ്പോ പത്തോ പതിനഞ്ചോ വർഷങ്ങൾ അതവിടെ കിടക്കും. ജോർജ്ജ് ബ്രാന്റേഴ്സിനാണ് 2017 ൽ ബുക്കർ സമ്മാനം ലഭിച്ചത്. *ലിങ്കൺ ഇൻ ദ് ബാർദോ* എന്ന നോവലിന്. ഇരുപത്തി രണ്ട് വർഷം മനസ്സിൽക്കൊണ്ടു നടന്നതിനുശേഷമാണ് അദ്ദേഹം അത് എഴുതിയത്.

ഇതിനുമുമ്പ് ഒരു നോവൽപോലും എഴുതിയിരുന്നില്ല. നോവൽ രച നയുടെ ശൈലീപരമോ ശില്പമോ ആയ ഒരു ശിക്ഷണവും ഇതിനു മുമ്പ് ലഭിച്ചിട്ടില്ല. ഒരു വലിയ കഥ കൈവശമുണ്ട്. നിരവധി കഥാപാത്ര ങ്ങളുണ്ട്. ആ കഥാപാത്രങ്ങളുടെ ചുറ്റും വികസിക്കുന്ന ഒട്ടേറെ സംഭവ ങ്ങളുണ്ട്. ഇതൊക്കെ ക്രമപ്പെടുത്തി, ഏകോപിപ്പിച്ച്, ലയിപ്പിച്ച് ഒരു നോവ ലാക്കി മാറ്റുവാൻ കഴിയും എന്ന് അറിവില്ലായിരുന്നു.

മയ്യഴിപ്പുഴയുടെ തീരങ്ങളിൽ മനസ്സിൽ പൂർണ്ണമായി രൂപപ്പെടാൻ പത്ത് വർഷമെങ്കിലും എടുത്തു കാണണം. വാസ്തവത്തിൽ അത് ഒരു നോവലായിപ്പോലുമായിരുന്നില്ല എന്റെ മനസ്സിൽ ഉണ്ടായിരുന്നത്. അത ങ്ങനെ സംഭവിച്ചു. പതിനാല് വയസ്സിൽ നമുക്കെന്തറിയാം, നോവലിനെ പ്പറ്റി? പക്ഷേ, അത് ഞാനിങ്ങനെ ഒരു സിനിമയിൽ കാണുന്നതുപോലെ കാണുകയായിരുന്നു. ഓരോ സംഭവങ്ങൾ, കഥാപാത്രങ്ങൾ, സംഭാഷ ണങ്ങൾ അതൊക്കെ ഉള്ളിലൂടെ കടന്നുപോയി. ഒരുപാട് കഥാപാത്ര ങ്ങളുമായി കഥയങ്ങനെ വികസിക്കുകയായിരുന്നു. എഴുതണമെന്ന് ആഗ്ര ഹമുണ്ട്. പക്ഷേ, എങ്ങനെ എഴുതണമെന്ന് അറിയില്ല. കഥാപാത്രങ്ങളും സംഭവങ്ങളും അക്ഷരങ്ങളായല്ല ദൃശ്യരൂപത്തിലായിരുന്നു മനസ്സിൽ കടന്നുവരുന്നത്. അത് പത്ത് വർഷം തുടർന്നു. പിന്നെ ഇരുപത്ത ഞ്ചാമത്തെ വയസ്സിലാണ് *മയ്യഴിപ്പുഴയുടെ തീരങ്ങളിൽ* എഴുതുന്നത്. അത് കുറച്ചുകൂടി അഭിവൃദ്ധിപ്പെടുത്തണമെന്നുണ്ട്. *മാതൃഭൂമി* ആഴ്ചപ്പ തിപ്പിന്റെ അന്നത്തെ പത്രാധിപർ എൻ വി കൃഷ്ണവാരിയർ പറഞ്ഞു. അങ്ങനെ ഞാനത് തിരുത്തിയെഴുതി. അത്രയും വർഷം മനസ്സിൽ വലിയൊരു ഭാരമായിരുന്നു. അതെനിക്ക് ഒരുപാടു സ്വപ്നങ്ങൾ നല്കി.

ഞങ്ങളെ വിട്ടുപോയ, എന്റെ ഗുരുസ്ഥാനീയനും ജ്യേഷ്ഠസഹോദ രനുമായ ജയരാമൻ മാസ്റ്ററുടെ ചില്ലിട്ട ഒരു ഫോട്ടോ ഇപ്പോഴും നിങ്ങൾക്ക് മാഹി സ്പോർട്സ് ക്ലബ്ബ്, ലൈബ്രറി ആന്റ് കലാസമിതിയുടെ ചുമരിൽ കാണാം. *മയ്യഴിപ്പുഴയുടെ തീരങ്ങളിലെ* കുഞ്ഞനന്തൻമാസ്റ്ററെ അമ്പേ ഷിച്ചു വരുന്നവർക്ക് ഞാൻ ആ ഫോട്ടോ കാണിച്ചുകൊടുക്കും. അത്തരം

കാഴ്ചപ്പാടുകളുള്ള മനുഷ്യര്‍ ഇപ്പോള്‍ അപൂര്‍വ്വമാണ്. എന്നെ ഒരുപാട് പ്രോത്സാഹിപ്പിച്ച ആളാണദ്ദേഹം. നാട്ടില്‍ തന്നെ ഞാന്‍ ഉണ്ടായിരുന്നെങ്കില്‍ കൂടുതല്‍ അദ്ദേഹവുമായി അടുക്കുകയും കൂടെ നടക്കുന്ന ശിഷ്യനായി മാറുകയും ചെയ്യുമായിരുന്നു. ജയറാം മാഷെ പറ്റി ആലോചിക്കുമ്പോള്‍ എന്റെ പല ജീവിത ദര്‍ശനത്തിനും സാഹിത്യത്തിനും എല്ലാം അദ്ദേഹത്തിന്റെ പ്രചോദനവും അനുഗ്രഹവും ഉണ്ടായിരുന്നു. താന്‍ ഏകദേശം മരിക്കും എന്നറിഞ്ഞുകൊണ്ടു തന്നെ ഒരു ദിവസം അദ്ദേഹം പറഞ്ഞ ഒരു കാര്യമുണ്ട്. 'ഞാനി തുവരെ ഈ കൈകൊണ്ട് ഒരു പെണ്ണിനെ തൊട്ടിട്ടില്ല' എന്ന്.

പ്രായം കുറെ ആയിരിക്കുന്നു. ഞാനും, ഗംഗാധരനുമെല്ലാം പ്രായത്തില്‍ അദ്ദേഹവുമായി വളരെ അന്തരമുണ്ടെങ്കിലും അദ്ദേഹം ഒരിക്കല്‍ അങ്ങനെ പറയുകയുണ്ടായി. അദ്ദേഹം കല്യാണം കഴിച്ചിട്ടില്ല. ഏത് നിമി ഷവും മരിച്ചുപോവും എന്ന വിധത്തിലുള്ള ഒരു മനുഷ്യനാണ്. ഏതു നിമിഷവും മരണം മുന്നിലുണ്ട് എന്ന വിധത്തില്‍ മാഷ് പോസിറ്റീവ് ആയിട്ടാണ് ഈ ദര്‍ശനത്തെ എടുത്തത്. അങ്ങനെയൊരു ജീവിതം നയിക്കുമ്പോഴും മാഷ് സന്തോഷവാനായിരുന്നു. പക്ഷേ, ഞാന്‍ നെഗറ്റീവാ യിട്ടാണ് ആ ദര്‍ശനത്തെ കണ്ടത്. ഈ ഗുരുനാഥന്‍ എന്നെ വളരയധികം സ്വാധീനിച്ച ഒരു മനുഷ്യനാണ്.

എന്റെ കുടുംബം

ഒരു ഇടത്തരം കുടുംബത്തിലാണ് ഞാൻ പിറന്നത്. അല്പം ദാരി ദ്ര്യമൊക്കെ ഉണ്ടായിരുന്നു. അച്ഛൻ മണിയമ്പത്ത് കൃഷ്ണൻ. ചെറിയ ചെറിയ ബിസിനസൊക്കെ ചെയ്ത് കുടുംബം പോറ്റി. ഞങ്ങൾ എട്ടു മക്കളാണ്. അക്കാലത്തൊക്കെ കുടുംബം എന്നു പറഞ്ഞാൽ അങ്ങനെ യാണ്. അന്ന് കുട്ടികൾക്ക് പ്രത്യേക ശ്രദ്ധയൊന്നും അച്ഛനമ്മമാരിൽ നിന്നു കിട്ടില്ല. വീട്ടിലെ കോഴിയും ആടും പശുവും മുറ്റത്തെ ചെടികളും ഒക്കെ വളരുന്നതുപോലെ, അവരോടൊപ്പമാണ് കുട്ടികൾ വളർന്നത്. അതൊരു നല്ല കാര്യമാണ്. പ്രകൃതിയുമായി ബന്ധപ്പെട്ടുള്ള വളർച്ചയാ ണത്. ഇന്നത്തെപ്പോലെ കുട്ടികളെ ചുണ്ടിൽനിന്നു മുലപ്പാൽ ഉണങ്ങു ന്നതിനു മുൻപ് നഴ്സറിയിൽ പറഞ്ഞയച്ച്... അതൊന്നും അന്നില്ല. അച്ഛ ന്റെയും അമ്മയുടെയും പ്രതീക്ഷ മൂത്ത മകളിലായിരുന്നു. ഞങ്ങൾക്ക് വല്യേച്ചി. അവരും പഠിച്ചത് ഫ്രെഞ്ച് സ്കൂളിലായിരുന്നു. നന്നായി പഠി ക്കുമായിരുന്നു. വായിക്കുമായിരുന്നു. കുറേശ്ശെ എഴുതുമായിരുന്നു. സാഹി ത്യത്തിൽ വലിയ അഭിരുചിയുണ്ടായിരുന്നു. പാവാടപ്രായത്തിൽത്തന്നെ, സ്കൂളിൽ പഠിക്കുന്ന കാലത്തുതന്നെ, കമ്യൂണിസ്റ്റുപാർട്ടിയുടെ സ്റ്റഡി ക്ലാസിൽ പോകുമായിരുന്നു. അന്ന് ഇന്നത്തെ പോലെയല്ല. തറവാട്ടിൽ പിറന്നവർക്കുള്ളതല്ല കമ്യൂണിസം എന്നായിരുന്നു പൊതുധാരണ. കമ്യൂ ണിസ്റ്റുകാർ റൗഡികളായും തെമ്മാടികളായും കരുതപ്പെട്ടിരുന്ന കാലം. കമ്യൂണിസ്റ്റുകാരൻ ആവുക എന്നു പറഞ്ഞാൽ വലിയൊരു സംഭവമാണ്. കമ്യൂണിസ്റ്റാവുക എന്നത് മനുഷ്യജന്മത്തിന്റെ തന്നെ ഉദാത്തമായ കാര്യ മാണ്. പക്ഷേ, സമൂഹം കമ്യൂണിസ്റ്റുകാരനെ അംഗീകരിച്ചിരുന്നുമില്ല. ഏറ്റവും ഉദാത്തമായ ഒരു മനുഷ്യാവസ്ഥയായിരുന്നു അത്. ക്ലാസി ലൊന്നും പോവാതെ പാർട്ടി ക്ലാസിൽ പങ്കെടുത്തു, ക്ലാസ് കട്ട് ചെയ്ത് പാർട്ടി പ്രവർത്തനത്തിനു നടന്നു. ആൺകുട്ടികൾപോലും പാർട്ടിയിൽ

മുകുന്ദന്റെ അച്ഛനും അമ്മയും

പോകാൻ ഇഷ്ടപ്പെടില്ല. ആ കാലത്ത് മകൾ കമ്മ്യൂണിസ്റ്റുകാരിയായി മാറുന്നത് കണ്ടാൽ ഏതൊരു അച്ഛനും ഞെട്ടാതിരിക്കില്ല. അച്ഛൻ ഒരു പാട് വിഷമിച്ചു. വിലക്കി. എന്നിട്ടും അവർ പാർട്ടിപ്രവർത്തനം തുടർന്നു. ബുദ്ധിമതിയായ അവർ പഠിച്ച് ഫ്രെഞ്ച് പരീക്ഷകൾ നന്നായി പാസായി. ചെറുപ്രായത്തിൽത്തന്നെ അവർക്ക് അദ്ധ്യാപികയുടെ ജോലി കിട്ടി. ഫ്രെഞ്ച് സ്കൂളിൽ അദ്ധ്യാപിക. ഞങ്ങളുടെ കുടുംബം മാത്രമല്ല നാട്ടു കാരാകെ അതിൽ സന്തോഷിച്ചു. അതിൽ ഏറെ സന്തോഷിച്ചത് അച്ഛൻ തന്നെയായിരുന്നു. കുടുംബം രക്ഷപ്പെട്ടല്ലോ. ഇനി ലാച്ചാറില്ല. പക്ഷേ, ആറുമാസംപോലും അവർക്ക് ജോലിയിൽ തുടരാൻ കഴിഞ്ഞില്ല. അവർ മരിച്ചുപോയി.

എനിക്ക് ഈ മൂത്ത ഏച്ചിയെ കണ്ടതായി ഓർമ്മയില്ല. ഞാനറി ഞ്ഞത്, അവർക്ക് എന്നെ വലിയ സ്നേഹമായിരുന്നു എന്നാണ്. ബുദ്ധി മുട്ടിയും കഷ്ടപ്പെട്ടും എഴുതി കുറേശ്ശെയായി മുകളിലേക്ക് കയറിപ്പോ കുമ്പോൾ, അവരെ ഞാൻ ഓർക്കുമായിരുന്നു. ഓർത്ത് വേദനിക്കുമാ യിരുന്നു... ഒരുപക്ഷേ, എന്റെ ഇരുണ്ടജീവിത ദർശനത്തിനു കാരണ ക്കാരായവരിൽ ഈ ഏച്ചിയും ജയരാമൻ മാഷും ഉണ്ടായിരിക്കാം. പിന്നെ എന്റെ രോഗങ്ങളും ഏകാന്തതയും... ഏച്ചിയുടെ വേർപാട് ഞങ്ങളുടെ കുടുംബത്തിലെ വലിയൊരു ദുരന്തമായിരുന്നു. പിന്നെ അച്ഛന്റെ പ്രതീക്ഷ

രാഘവേട്ടനിലായിരുന്നു. അതിബുദ്ധിമാനായ രാഘവേട്ടൻ പഠിച്ച്, പരീ
ക്ഷകൾ പാസായി, ഡൽഹിയിൽപ്പോയി വലിയ ഉദ്യോഗസ്ഥനായി.
കയറി കയറി പോയി... അങ്ങനെ അവസാനം ഞങ്ങളുടെ കുടുംബം
രക്ഷപ്പെട്ടു.

എന്റെ അച്ഛന് ഏഴ് മക്കളുണ്ടായിരുന്നു. പക്ഷേ, എനിക്ക് രണ്ട് മക്ക
ളേയുള്ളൂ. കാലം മാറുമ്പോൾ കുടുംബഘടനയിൽ സംഭവിച്ച മാറ്റമാണ്
ഇത് സൂചിപ്പിക്കുന്നത്.

ഇരുപത്തിയേഴാമത്തെ വയസ്സിലാണ് എന്റെ വിവാഹം നടന്നത്.
അതൊരു അറേഞ്ച് മാര്യേജായിരുന്നു. അച്ഛനാണ് പെൺകുട്ടിയെ കണ്ടെ
ത്തിയത്. അച്ഛന്റെ ഒരു സ്നേഹിതന്റെ കുടുംബത്തിൽപ്പെട്ടതായിരുന്നു
അവൾ. അപ്പോഴേക്കും ഞാൻ എംബസിയിൽ ജോലിയിൽ ചേർന്നിട്ട്
നാല് വർഷമായിരുന്നു. എങ്കിലും എന്റെ കൈയിൽ കല്യാണം കഴിക്കു
വാനുള്ള സമ്പാദ്യമൊന്നും ഉണ്ടായിരുന്നില്ല. രാഘവേട്ടനാണ് സഹായി
ച്ചത്. എന്റെ വിവാഹം ഒട്ടും വൈകിക്കരുതെന്ന് വീട്ടുകാർക്ക് നിർബന്ധ
മായിരുന്നു. കാരണം അപ്പോഴേക്കും എന്റെ *ഹരിദ്വാറിൽ മണികൾ മുഴ
ങ്ങുന്നു* എന്ന നോവൽ പുറത്തിറങ്ങിയിരുന്നു. കഥാനായകൻ രമേഷ്
പണിക്കരിൽ എന്റെ ആത്മാംശം ഉണ്ടെന്ന് പലരും സന്ദേഹപ്പെട്ടു. ഞാൻ
രമേഷ് പണിക്കരെപ്പോലെ ആയിപ്പോകുമെന്ന് അവർ ഭയപ്പെട്ടുവെന്ന്
തോന്നുന്നു.

അവധിയിൽ വന്നപ്പോൾ ഞാൻ സഹോദരിയുടെയും ഏട്ടത്തിയ
മ്മയുടെയും കൂടെ പോയി പെണ്ണുകാണൽ ചടങ്ങ് പൂർത്തിയാക്കി.
അവൾ ശ്രീജ, ഒരു പാവം കുട്ടിയായിരുന്നു. അവളുടെ ഏട്ടൻ ദാമോദ

മുകുന്ദൻ സഹോദരി വിജയലക്ഷ്മിക്കൊപ്പം

രൻ മാസ്റ്റർ നല്ലൊരു വായനക്കാരനായിരുന്നു. കല്യാണം പെട്ടെന്ന് കഴിഞ്ഞു. കാരണം ആകെ ഇരുപത്തിയെട്ടുദിവസത്തെ അവധി മാത്ര മേയുണ്ടായിരുന്നുള്ളു. കല്യാണച്ചടങ്ങിന്റെ മുഖ്യകാർമ്മികൻ കാക്കനാ ടനായിരുന്നു. പക്ഷേ, ഞാൻ വധുവിന്റെ കഴുത്തിൽ താലികെട്ടി, എല്ലാ വരും സദ്യകഴിച്ച് പോയശേഷമാണ് കാക്കനാടൻ എത്തിയത്. അതാ യത് എല്ലാ ചടങ്ങുകളും കഴിഞ്ഞതിനുശേഷം.

1970 ൽ ഞാനും ശ്രീജയും ഞങ്ങളുടെ ഒന്നിച്ചുള്ള ജീവിതം തുടങ്ങി. സൗത്ത് എക്സ്റ്റൻഷനിലെ സി-31 ലായിരുന്നു ഞങ്ങൾ അന്ന് താമസി ച്ചത്. ഞങ്ങളുടെ പാർപ്പിടത്തിന്റെ നേരെ മുമ്പിൽ താമസിച്ചിരുന്നത്, പ്രശസ്ത ചിത്രകാരനായ ജെ സ്വാമിനാഥനായിരുന്നു. ഞങ്ങൾ പാർ ത്ത് ഏറ്റവും മുകളിലെ ബർസാത്തിയിലായിരുന്നു. താഴത്തെ രണ്ടു നിലകളിൽ താമസിച്ചിരുന്നത് ഡൽഹി യൂണിവേഴ്സിറ്റിയിലെ രണ്ട് പ്രൊഫസർമാരായിരുന്നു. അവർ വലിയ ബുദ്ധിജീവികളായിരുന്നു. പ്രശ സ്തരായ പലരും അവിടെ വന്നുപോകുന്നത് ഞാൻ കാണാറുണ്ടായി രുന്നു.

ഞങ്ങൾക്ക് വൈകാതെ ഒരു കുട്ടി പിറന്നു. ഒരു മകൻ. അവന് ഞങ്ങൾ പ്രീതീഷ് എന്നു പേരിട്ടു. തുടർന്ന് ഞങ്ങൾക്ക് ഒരു മകൾ കൂടി പിറന്നു. അവളുടെ പേര് ഭാവന. അവർ രണ്ടുപേരും ഡൽഹിയിലെ ഫ്രാങ്ക് ആന്റണി പബ്ലിക് സ്കൂളിലാണ് പഠി ച്ചത്. എന്റെ മകൾക്ക് ഏഴ് വയസ്സ് പ്രായമുള്ളപ്പോ ഴാണ് ഞാൻ *ഡൽഹി 81* എന്ന കഥയെഴുതിയത്. ക്രമേണ ഡൽഹി നഗരം ഹിംസാത്മകമായി മാറി.

പെൺമക്കൾ സ്കൂ ളിൽനിന്നും കോളേജിൽ നിന്നും മടങ്ങിവരുന്നത് വരെ അച്ഛനമ്മമാർക്ക് ആധി യായിരുന്നു.

തുടക്കത്തിൽ എനിക്ക് ഓഫീസിൽ വലിയ ജോലി യൊന്നുമുണ്ടായിരുന്നില്ല. പിന്നീട് ജോലി ഭാരം കൂടി ക്കൂടി വന്നു. ഞായറാഴ്ച രാവിലെ ഏഴുമണിക്ക് പോ ലും ഓഫീസിൽപ്പോയി

മുകുന്ദൻ, ഭാര്യ, മകൻ

ജോലി ചെയ്ത അവസരങ്ങൾ ഉണ്ടായിട്ടുണ്ട്. അതിന്റെ കൂടെ സാഹിത്യ പ്രവർത്തനം കൂടിയായപ്പോൾ എനിക്ക് മറ്റൊന്നിനും സമയം കിട്ടാതെ യായി. കുട്ടികളെ നന്നായി വളർത്തിയത് ശ്രീജയാണ്. രാവിലെ വീട്ടിൽ നിന്നിറങ്ങിയാൽ പിന്നീട് അവിടെ എന്ത് സംഭവിക്കുന്നുവെന്ന് അന്വേ ഷിക്കാൻപോലും സമയം കിട്ടിയിരുന്നില്ല. എല്ലാ കാര്യങ്ങളും അവൾ നോക്കി. അവൾ എനിക്ക് വലിയൊരു സപ്പോർട്ടായിരുന്നു അന്നും ഇന്നും.

അന്ന് പതിവായി എഴുത്തുകാർ ഞങ്ങളുടെ വീട്ടിൽ വന്നിരുന്നു. നാട്ടിൽനിന്നുവരുന്ന എഴുത്തുകാർ എന്റെ വീട്ടിൽ കയറാതെ തിരിച്ചു പോകാറില്ല. സ്നേഹംകൊണ്ടു മാത്രമായിരുന്നില്ല അത്. എംബസിയിൽ നിന്നു എനിക്ക് സ്കോച്ച് വിസ്കി കിട്ടുമെന്ന് അവർക്കറിയാമായിരുന്നു. വി കെ എൻ മൂന്നുദിവസം ഞങ്ങളുടെ കൂടെ താമസിച്ചിട്ടുണ്ട്. പതി വായി വന്നിരുന്നത് കാക്കനാടൻ സഹോദരന്മാരായിരുന്നു. ജോൺ എബ്ര ഹാമും ഞങ്ങളുടെ കൂടെ താമസിച്ചിട്ടുണ്ട്. ഒ വി വിജയൻ, വി കെ മാധ വൻകുട്ടി, നടൻ മുരളി, പിന്നീട് സിനിമാ സംവിധായകനായി മാറിയ കാർട്ടൂണിസ്റ്റ് അരവിന്ദൻ അങ്ങനെ എത്രയോ പേർ. ഒരു പതിവു സന്ദർശ കൻ പുനത്തിൽ കുഞ്ഞബ്ദുള്ളയായിരുന്നു. അവർക്കെല്ലാം ശ്രീജ വെച്ചു വിളമ്പിക്കൊടുത്തിരുന്നു. അവളുടെ മീൻകറി പ്രശസ്തമായിരുന്നു. *ഇന്ത്യാ ടുഡേയിലേയും ടൈംസ് ഓഫ് ഇന്ത്യ*യിലെയും ഉത്തരേന്ത്യ ക്കാരായ പല ജേർണലിസ്റ്റുകളും അവളുടെ മോരുകറി കൂട്ടി ചോറു ണ്ണാനായി ഞങ്ങളുടെ വീട്ടിൽ വരുമായിരുന്നു. *ടൈംസ് ഓഫ് ഇന്ത്യ* യിലെ ജഗ് സുരയ്യ അവളുടെ മീൻകറിയെക്കുറിച്ച് അപദാനം പാടിയി രുന്നു. എസ് പ്രസന്നരാജനാണ് അവരെയെല്ലാം ഞങ്ങളുടെ വീട്ടിലെ ത്തിച്ചത്.

ഞങ്ങളുടെ മകൻ പ്രീതീഷ് അമേരിക്കയിലെ ബോസ്റ്റണിൽ കുടുംബസമേതം താമസിക്കുന്നു. മകൾ ഭാവനയും അവിടെ, മിന്നസോ ട്ടയിൽ. രണ്ടുപേർക്കും ഈരണ്ട് കുട്ടികളുണ്ട്.

മുകുന്ദനും ഭാര്യ ശ്രീജയും മക്കളോടൊപ്പം

2004 ൽ ഞാൻ എംബസിയിൽനിന്നു റിട്ടയർ ചെയ്തു. കേരള സാഹിത്യഅക്കാദമി പ്രസിഡന്റ് സ്ഥാനം ഏറ്റെടുക്കുവാനായി നാട്ടിൽ വന്നു. ഇപ്പോൾ നാട്ടിൽത്തന്നെ. വല്ലപ്പോഴും ഒരിക്കൽ ഡൽഹിയിൽ പോയി കുറച്ചുകാലം അവിടെ താമസിക്കും. എന്നെ ഞാനാക്കിയ ഡൽഹിയിൽനിന്നു സ്വയം പറിച്ചെടുക്കുവാൻ എളുപ്പമല്ലെന്ന് ഞാൻ തിരിച്ചറിയുന്നു.

രാഘവേട്ടൻ ഒരു നല്ല കഥാകൃത്തും നോവലിസ്റ്റുമാണ്. അനുജൻ എം ശ്രീജയനും എഴുതും. ശ്രീജയൻ *ജനിക്കാത്തവരുടെ ജാതകം* എന്ന കഥാസമാഹാരം എഴുതി പബ്ലിഷ് ചെയ്തിട്ടുണ്ട്. രാഘവേട്ടനായാലും ശ്രീജയനായാലും നന്നായി എഴുതാൻ കഴിയുന്നവരാണ്. എഴുത്ത് എന്നത് ഒരു മുഴുവൻ സമയ പ്രവർത്തനമാണ്. പൂർണ്ണമായും മനസ്സ് അതിൽ ഉണ്ടാകണം. എങ്കിലേ നമ്മൾ മുഖ്യധാരയിൽ ഉണ്ടാകൂ. ഒരു പാട് അദ്ധ്വാനിക്കണം. എന്തുകൊണ്ടാണെന്നറിയില്ല രാഘവേട്ടനും ശ്രീജയനും മുഖ്യധാരയിലേക്ക് വരാൻ ഇഷ്ടപ്പെട്ടില്ല എന്ന് അറിയില്ല. നമ്മുടെ നാട്ടിൽ രണ്ടുതരം എഴുത്തുകാരുണ്ട്. ഒന്ന് മുഖ്യധാരാ എഴുത്തുകാർ. പാർശ്വവല്ക്കരിക്കപ്പെട്ട എഴുത്തുകാരും ഉണ്ട്. പലപ്പോഴും മുഖ്യധാരയിലുള്ളവരേക്കാൾ നന്നായി എഴുതാൻ അറിയുന്നവരാകും പാർശ്വവല്ക്കരിക്കപ്പെട്ട ഇത്തരം എഴുത്തുകാർ. പക്ഷേ, അവർ പല പ്പോഴും പൂർണ്ണമായി എഴുത്തിൽ കോൺസൻട്രേറ്റ് ചെയ്യുന്നില്ല. ഞാനൊക്കെ ബോധപൂർവ്വം ഒരുപാട് അദ്ധ്വാനിച്ചിട്ടുണ്ട് മുഖ്യധാരയി ലേക്കു വരാൻ. ഓഫീസിലെ ജോലി കഴിഞ്ഞ് കിട്ടുന്ന സമയത്ത് കുടുംബം നോക്കി. വായിച്ചു. ഏറ്റവും പുതിയ പുസ്തകങ്ങൾ ഇറങ്ങു മ്പോഴേക്കും ഒരുപാടു പണം കൊടുത്ത് വാങ്ങിവായിക്കും. അമേരിക്കൻ ലൈബ്രറി, ബ്രിട്ടീഷ് കൗൺസിലേറ്റ്, ജാപ്പാനീസ് കൾച്ചറൽ സെന്റർ അവിടെയൊക്കെ മെമ്പർഷിപ്പ് ഉണ്ടായിരുന്നു. അവിടങ്ങളിൽ നിന്നൊക്കെ ഒരുപാട് പുസ്തകങ്ങൾ എടുത്തു വായിച്ചു.

വായനയാണ് നമ്മളെ പഴയ ലോകവുമായി ബന്ധിപ്പിക്കുന്നത്. നമ്മൾ ഉറൂബിനെ, ബഷീറിനെ, എം ടിയെ വായിക്കുമ്പോൾ അതാണ് നമ്മൾ കടന്നുവന്ന കാലവുമായി നമ്മളെ ബന്ധപ്പെടുത്തുന്നത്. വായന ഇല്ലെങ്കിൽ പഴയതൊന്നുമില്ല. ഇപ്പോൾ ടെലിവിഷനിലും ചരിത്രം വളരെ കുറവാണ്. അതുകൊണ്ടുതന്നെ എല്ലാവരും വർത്തമാനകാലത്തിൽ ജീവിക്കുകയാണ് ചെയ്യുന്നത്. നമ്മളുടേതുതന്നെയായ പഴയകാലവു മായി സ്വയം വിച്ഛേദിച്ചുപോകുന്നത് വളരെ ദുഃഖകരമാണ്. മറ്റു രാജ്യ ങ്ങളിൽ ഇങ്ങനെ കാണാൻ കഴിയില്ല. വായന അവിടെയൊക്കെ കടന്നു വരുന്നുണ്ട്. അവിടത്തെ ഒരു മിസ് വേൾഡ് ആണെങ്കിൽപ്പോലും അവൾ വായനാശീലമുള്ളവളായിരിക്കും.

മയ്യഴിപ്പുഴ

എന്റെ ജീവിതവും സാഹിത്യവും പുഴയുമായി ബന്ധപ്പെട്ടാണ് കിട ക്കുന്നത്. മണിയമ്പത്ത് വീട്ടിൽനിന്ന് പുഴയിലേക്ക് അധികം ദൂരമൊന്നു മില്ല. ഏകാന്തതയുടെ അഭയകേന്ദ്രമായിരുന്നു പുഴയോരം. മയ്യഴിയുടെ പടിഞ്ഞാറു വശത്തുവെച്ചാണ് പുഴ സമുദ്രത്തോട് ചേരുന്നത്. അഴി മുഖത്തെ ഞങ്ങൾ പാതാർ എന്നു വിളിച്ചു പോന്നു. അവിടെ വെച്ചാണ് എന്നെ ഞാനാക്കിയ മയ്യഴി നോവൽ മനസ്സിൽ രൂപംകൊണ്ടത്. ഈ പുഴയുടെ കരയിലാണ് ഞാൻ എന്റെ കൗമാരപ്രായം ചെലവഴിച്ചത്. വൈകുന്നേരങ്ങളിൽ അവിടെയാണ് ചെന്നിരിക്കുന്നത്.

അന്ന് ഞങ്ങൾ നടന്നിരുന്ന കാലത്ത് മയ്യഴി ഇതുപോലെയൊന്നുമല്ല.

ഇന്നത്തെപ്പോലെ വെളിച്ചമില്ല. വൈദ്യുതി ഇല്ലാത്ത ഒരു കാലമായിരുന്നു അത്. വൈദ്യുതി വന്നിരുന്നുവെങ്കിലും അത് ചില സ്ഥലങ്ങളിൽ മാത്ര മാണ് ഉണ്ടായിരുന്നത്. ഊടുവഴികളിലൊന്നും വൈദ്യുതി ഉണ്ടായിരു ന്നില്ല.

ഇന്നത്തെപ്പോലെ നിറങ്ങളും ഉണ്ടായിരുന്നില്ല. കറുപ്പും വെളുപ്പും മാത്രമാണ് ഉണ്ടായിരുന്നത്. വെളിച്ചമുണ്ടായിരുന്നില്ല എന്നത് തന്നെ കാരണം. എല്ലാം വെള്ള പൂശിയ വീടുകളാണ്. ചാണകം മെഴുകിയ തറകൾ. നമ്മൾ നിറങ്ങൾ കാണുന്നത് പൂക്കളിലോ സന്ധ്യാസമയത്ത് ആകാശങ്ങളിലോ ഒക്കെയാണ്. ആളുകളുടെ വസ്ത്രങ്ങൾ പോലും വെള്ളയായിരുന്നു. വെള്ളമുണ്ടാണ് എല്ലാവരും ഉടുത്തിരുന്നത്. അന്നി വിടെ പാന്റ് ഇടുന്നവർ ഡോക്ടർമാർ മാത്രമാണ്. പിന്നെ സായ്പ്പന്മാരും. സത്യജിത്ത് റേയുടെ ബ്ലാക്ക് ആന്റ് വൈറ്റ് സിനിമ പോലെയായിരുന്നു പഴയ മയ്യഴി. ഇപ്പോഴാണ് വെളിച്ചം വന്നത്. സിന്തറ്റിക് നിറങ്ങളൊക്കെ വന്ന ശേഷം നിറങ്ങളുടെ ഒരു വിസ്ഫോടനം തന്നെയാണ് ഉണ്ടായത്. അന്ന് വെളിച്ചമുള്ള വലിയ നിരത്തുകളോ വലിയ കെട്ടിടങ്ങളോ ഒന്നു മുണ്ടായിരുന്നില്ല. എല്ലാം ചെറുതായിരുന്നു. അങ്ങനെ മങ്ങിക്കിടന്ന ഒരു നാട്, അതായിരുന്നു എന്റെ കുട്ടിക്കാലത്തെ മയ്യഴി.

ചില ദിവസങ്ങളിൽ നട്ടുച്ചകൾപോലും പാതാറിൽ ചെലവഴിക്കാ റുണ്ട്. എപ്പോഴും കൂടെ ഗംഗാധരനുണ്ടാകും. ഞങ്ങൾ ദിവസം മുഴു വനും ഒന്നിച്ചാണ്. രസം എന്താണെന്നു വെച്ചാൽ, പകൽ മുഴുവനും ഇങ്ങനെ ഒന്നിച്ചു നടന്നിട്ടും രാത്രി ഞങ്ങൾ വീട്ടിലിരുന്നു അന്യോന്യം കത്തെഴുതും. പിറ്റേന്ന് രാവിലെ പോസ്റ്റുചെയ്യും. ഒരിക്കൽ പോസ്റ്റാപ്പീ സിനു സമീപം വെച്ചു ഞാൻ ഗംഗാധരനെ കണ്ടപ്പോൾ അവൻ ചോദിച്ചു: "നീ എവിടെനിന്നാ വര്‍ന്നത്?" ഞാൻ പറഞ്ഞു: "നിനക്കുള്ള കത്ത് പോസ്റ്റു ചെയ്തു വരികയാ." ഒരിക്കൽ ഞങ്ങളങ്ങിനെ മാഹി സ്പോർ ട്സ് ക്ലബ്ബിൽ ഇരിക്കുമ്പോൾ പോസ്റ്റുമാൻ ഗംഗാധരനെ അന്വേഷിച്ചു വരുന്നു. കത്ത് കണ്ടപ്പഴേ എനിക്കു മനസ്സിലായി, ഞാൻ തലേദിവസം പോസ്റ്റുചെയ്ത കത്താണ്. ഇൻലന്റിൽ എഴുതിയ കത്ത്. അക്കാലത്തെ ഒരു രസമായിരുന്നു അതെല്ലാം. എല്ലാം തുറന്നുപറയുകയും കൈമാറു കയും ചെയ്യുന്ന ഒരു സുഹൃദ്ബന്ധം. ഡൽഹിയിലേക്കു പോയപ്പോൾ ക്രമേണ ആ സൗഹൃദം ക്ഷയിച്ചു വന്നു. കഴിഞ്ഞവർഷം ഗംഗാധരൻ മരിച്ചു. പിന്നീട്, യൗവനകാലത്ത് എനിക്ക് അതുപോലുള്ള ഒരു ആത്മ ബന്ധം ഉണ്ടാകുന്നത് പുനത്തിൽ കുഞ്ഞബ്ദുള്ളയുമായാണ്. പക്ഷേ, സൗഹൃദം സൂക്ഷിക്കുന്നതിൽ അവൻ എന്നും അനാസ്ഥ കാണിച്ചിരുന്നു. എം ടിയും എൻ പിയും തമ്മിൽ ഗാഢമായ ഒരു ആത്മബന്ധമുണ്ടായി രുന്നു എന്ന് കേട്ടിട്ടുണ്ട്. ഇപ്പോൾ എനിക്ക് ആത്മസുഹൃത്തുക്കളില്ല. മിക്കവറും ഞാൻ ഏകാകിയാണ്. എന്റെ എല്ലാം എഴുത്താണ്.

കുട്ടിക്കാലത്തെ നീണ്ടുനിന്ന രോഗാവസ്ഥ സാഹിത്യത്തിലെ എന്റെ കാഴ്ചപ്പാടിനെ സാരമായി സ്വാധീനിച്ചിട്ടുണ്ടെന്നാണ് എന്റെ

വിശ്വാസം. ആരോ എട്ടോ വയസ്സുള്ളപ്പോൾ തുടങ്ങിയ ആ രോഗം എന്തെന്ന് ഇന്നും എനിക്കു വ്യക്തമായി അറിയില്ല. വലുതായപ്പോൾ അച്ഛനോടും അമ്മയോടും അതിനെക്കുറിച്ച് ഞാൻ പലവട്ടം ചോദി ച്ചിരുന്നു. അവർ പറഞ്ഞത് "നിന്റെ ഹാർട്ട് വീക്കായിരുന്നു" എന്നാണ്. ഹൃദയസംബന്ധിയായ എന്തോ അസുഖമായിരുന്നു അതെന്ന് ഞാൻ ഊഹിക്കുന്നു. പക്ഷേ, ആ നാളുകളെക്കുറിച്ച് ഇന്നും വ്യക്തമായി എനിക്ക് ഓർമ്മിക്കാൻ കഴിയും. വെയിലാറാത്ത അപരാഹ്നങ്ങളിൽ സമ പ്രായക്കാരായ കുഞ്ഞുങ്ങൾ വെളിയിൽ ആർത്തുചിരിച്ചുകളിക്കുമ്പോൾ രോഗിയായ ഞാൻ മുറിയിൽ തടവുകാരനായി കിടക്കും. ഒന്നോ രണ്ടോ ദിവസങ്ങളല്ല, മാസങ്ങളോളം തന്നെ. ഒരുപക്ഷേ, വർഷങ്ങൾതന്നെ. മരണവുമായുള്ള ഒരേറ്റുമുട്ടൽ ഇന്നും ഞാനോർമ്മിക്കുന്നു. എനിക്ക് ഏഴോ എട്ടോ വയസ്സ്. ഉച്ചതിരിഞ്ഞ നേരം. കട്ടിലിന്നരികെ അമ്മയും ഏട്ടത്തിമാരും മറ്റു പലരും. എല്ലാവരും കണ്ണുതുടയ്ക്കുന്നു. പെട്ടെന്ന് അമ്മയുടെ ഉച്ചത്തിലുള്ള നിലവിളി: "എന്റെ മോൻ പോയേ..." പിന്നീട് നടന്നതൊന്നും എനിക്കോർമ്മയില്ല. ഓർമ്മ വരുമ്പോൾ പഴയതുപോലെ ഞാൻ കിടക്കുന്നു. കണ്ണുതുടയ്ക്കുന്ന അമ്മയും ഏട്ടത്തിമാരും അരി കിൽ.... പക്ഷേ, ഈ രോഗമല്ല എന്നെ എഴുത്തുകാരനാക്കിയത്. രോഗം എന്റെ ചിന്തയുടെ ഒഴുക്കിനെ സാരമായി ബാധിച്ചിട്ടുണ്ടെന്നു മാത്രം.

മയ്യഴിപ്പുഴ ഒരു ചെറിയ പുഴയാണ്. വലിയ നദികളിലേക്കുള്ള എന്റെ യാത്രകൾ തുടങ്ങുന്നത് ഇവിടെ നിന്നാണ്. പാരീസിലും ഒരു പുഴയുണ്ട്. നഗരത്തിന്റെ നടുവിലൂടെ ഒഴുകുന്ന സേൻപുഴ. അതിന്റെ കരകളിൽ നിന്നാണ് യൂറോകമ്യൂണിസം, അസ്തിത്വവാദം തുടങ്ങിയ ഒട്ടേറെ വലിയ ചിന്താധാരകൾ രൂപപ്പെട്ടുവന്നത്. ജീവിതവും സാഹിത്യവും മഹാ പ്രവാഹങ്ങളാണ്. ദൽഹിയിൽ യമുനാനദി നഗരകാന്താരങ്ങളിലൂടെയും ഗ്രാമാന്തരങ്ങളിലൂടെയുമാണ് ഒഴുകിപ്പരക്കുന്നത്.

എന്റെ ജീവിതം കൊച്ചുമയ്യഴിയിൽനിന്നു ദൽഹി എന്ന മഹാനഗര ത്തിലേക്കു പറിച്ചു നടപ്പെട്ടു. അതിനു കാരണക്കാരൻ രാഘവേട്ടനായി രുന്നു.

സാഹിത്യവല്ക്കരിക്കപ്പെട്ട ജീവിതം

പ്രണയം എല്ലാക്കാലത്തും ഉണ്ട്. ഇന്നും ഉണ്ട്. എന്റെ കൗമാര കാലത്തും ഉണ്ടായിരുന്നു. അന്ന് ഇന്നത്തേക്കാൾ വായനാശീലമുണ്ടാ യിരുന്നു. പുസ്തകങ്ങൾ വായിക്കാത്തവർ അപൂർവ്വമായിരുന്നു. പ്രണ യത്തെ പൊലിപ്പിക്കുന്ന ഒന്നായിരുന്നു സാഹിത്യാഭിരുചിയും നോവൽ വായനയും. എല്ലാ കൗമാരപ്രായക്കാരന്റെയും മനസ്സിൽ ഒരു പെൺകുട്ടി യെക്കുറിച്ചുള്ള സങ്കല്പമുണ്ടാകും. ഭാവിയിൽ കല്യാണം കഴിക്കാൻ ആഗ്രഹിക്കുന്ന പെൺകുട്ടിയെക്കുറിച്ച് മുൻകൂട്ടി കാണുന്ന സ്വപ്നമാ ണത്. എനിക്ക് അങ്ങനെയുള്ള സ്വപ്നങ്ങളൊന്നും ഉണ്ടായിരുന്നില്ല. ഞാൻ മുപ്പതുവയസ്സിൽ കൂടുതൽ ജീവിക്കില്ല എന്ന ഒരു തോന്നൽ എന്നി

ലുണ്ടായിരുന്നു. മുപ്പതു വയസ്സിൽ മരിക്കാൻ പോകുന്ന ഒരാൾ എങ്ങനെ കല്യാണത്തെക്കുറിച്ച് സ്വപ്നം കാണും? എന്റെ ചങ്ങാതിമാരിൽ ചിലർക്ക് ചില പെൺകുട്ടികളോട് ഒരു സോഫ്റ്റ് കോർണർ ഉണ്ടായി രുന്നു. അവർ പെൺകുട്ടികളെ കാണാൻ അവരുടെ വീട്ടിനുമുമ്പിലൂടെ നടക്കാൻ പോകുമ്പോൾ കൂടെ ഞാനും പോകും. അന്ന് പുസ്തകം വായിക്കുന്നവർക്കൊക്കെ അങ്ങനെ ഒരു അനുരാഗം ആരോടെങ്കിലും തോന്നും. സാഹിത്യവല്ക്കരിക്കപ്പെട്ട ഒരു കൗമാരകാലമായിരുന്നു ഞങ്ങ ളുടേത്.

കുട്ടിക്കാലം മുതലേ എന്റെ മനസ്സ് വളരെ സാഹിത്യവല്ക്കരിക്ക പ്പെട്ടിരുന്നു. ജീവിതം എനിക്ക് ബൃഹദ്നോവലുകളായിട്ടാണ് വെളി പ്പെട്ടത്. കുട്ടിയായിരിക്കുമ്പോഴേ ഞാൻ എഴുതുവാൻ തുടങ്ങിയിരുന്നു. ഒന്നും മുഴുമിക്കാറില്ല. മുഴുമിക്കുവാൻ കഴിയാറില്ല. പിന്നീട് പതിനാലു വയസ്സിൽ ആദ്യമായി ഒരു കഥ മുഴുമിച്ചു. ഞാനെഴുതിയ ആദ്യത്തെ കഥ അതായിരുന്നു. മനസ്സിൽ വന്നുനിറഞ്ഞ കഥകളിലൊന്ന് കടലാ സിൽ പകർത്തി. പേരിട്ടില്ല. വീടിനും സ്കൂളിനും ഇടയിൽ ഒരു കടത്തി ണ്ണയിൽ താമസിച്ച് അവിടെത്തന്നെ തൊഴിൽചെയ്ത ഒരു ചെരിപ്പു കുത്തിയുടെ കഥ. അയാളുടെ മരണവും കടത്തിണ്ണയിൽ തന്നെ. എന്റെ ആദ്യത്തെ വായനക്കാരി മൂത്തപെങ്ങൾ ദേവു ഏച്ചിയായിരുന്നു. എന്റെ ആദ്യകഥ *മാതൃഭൂമിയിൽ* അച്ചടിച്ചു വന്നപ്പോൾ ഞാൻ അവരെ ഓർത്തു. ആ കഥ വായിച്ചുതിരുത്തിയത് രാഘവേട്ടനായിരുന്നു. പോസ്റ്റു ചെയ്തതും. എന്റെ കൈയിൽ സ്റ്റാമ്പ് വാങ്ങാനുള്ള പൈസ പോലുമു ണ്ടായിരുന്നില്ല. പണിയൊന്നുമില്ലാതെ എഴുത്തുകാരനാകുന്നത് സ്വപ്നം കണ്ടുനടക്കുന്ന കാലം. അന്ന് *മാതൃഭൂമിയിൽ* ഒരു കഥ പ്രസിദ്ധീകരി ക്കുക എന്നു പറഞ്ഞാൽ അത്ര എളുപ്പമായിരുന്നില്ല. കേശവദേവ്, ഉറൂബ്, എസ് കെ പൊറ്റെക്കാട് എന്നിവരുടെയൊക്കെ കഥകൾ പ്രസി ദ്ധീകരിക്കുന്ന ആഴ്ചപ്പതിപ്പ്. അപ്പോൾ എൻ വി കൃഷ്ണവാരിയരായി രുന്നു *മാതൃഭൂമി* ആഴ്ചപ്പതിപ്പിന്റെ പത്രാധിപർ. പിന്നീടാണ് ആ സ്ഥാനത്ത് എം ടി വരുന്നത്.

എഴുത്തും സാഹിത്യവും എനിക്ക് ഭ്രമമായിരുന്നു. അതിനിടയിൽ പ്രായോഗിക കാര്യങ്ങൾ മറക്കും. പണി തേടിയാണ് ദൽഹിയിൽ വന്ന തെങ്കിലും അതിനെക്കുറിച്ച് ആലോചിക്കുകയോ ശ്രമിക്കുകയോ ഉണ്ടാ യിട്ടില്ല. എന്റെ വിചാരങ്ങൾ എല്ലായ്പ്പോഴും എഴുത്തിനെ ചുറ്റിപ്പറ്റി നിന്നു. ജോലിക്കുവേണ്ടിയല്ല, എഴുതുവാൻ വേണ്ടിയാണ് ദൽഹിയിൽ വന്നത് എന്ന ധാരണയായിരുന്നു എനിക്ക്. മുപ്പതുവയസ്സിൽ മരിക്കും. അതിനു മുമ്പ് കഴിയുന്നത്ര എഴുതണം. അക്കാലത്ത് ജോലി കിട്ടുക ഭയങ്കര ബുദ്ധിമുട്ടായിരുന്നു. ഉയർന്ന വിദ്യാഭ്യാസമുള്ള യുവാക്കൾപോലും പഠിച്ച് പണിയില്ലാതെ അലഞ്ഞുനടക്കുന്ന കാലം. ഇന്ന് ആരെങ്കിലും സഹാ യിച്ചാൽ ഗൾഫിൽ പോയെങ്കിലും രക്ഷപ്പെടാം. അന്ന് അതും നടക്കില്ല. തൊഴിൽ ലഭിക്കുക അറുപതുകളിൽ ഇന്നത്തേക്കാൾ വലിയ പ്രയാസ

എം ടിയും മകൾ അശ്വതിയും മയ്യഴിയിൽ. കൂടെ മുകുന്ദനും കുടുംബവും

മായിരുന്നു. ആളുകൾ പൊതുവേ ബോംബെ, മദ്രാസ്, കൽക്കത്ത എന്നീ വിടങ്ങിലേക്കു നാടുവിട്ടു രക്ഷപ്പെടുന്ന കാലമാണത്. ഭാഗ്യവശാൽ, ദൽഹിയിൽ നല്ല തൊഴിലാണെനിക്കു ലഭിച്ചത്. എന്റെ മറ്റൊരു പ്രശ്നം എനിക്ക് പേഴ്സണാലിറ്റി ഉണ്ടായിരുന്നില്ല എന്നതായിരുന്നു. എന്റെ സഹോദരന്മാർ എല്ലാവരും തടിച്ച് സുമുഖന്മാരോ സുന്ദരന്മാരോ ആയി രുന്നു. ചെറുപ്പകാലത്ത് വന്ന രോഗം എന്നെ ഈർക്കിലിന്റെ രൂപത്തി ലാക്കി. അതിനിടയിൽ ഞാൻ സിഗററ്റു വലിക്കാനും തുടങ്ങി. പേഴ്സ നാലിറ്റിയെക്കുറിച്ചുള്ള എന്റെ കോംപ്ലക്സ് മാറിയത് സാർത്രിന്റെ ജീവി തവും എഴുത്തും മനസ്സിലാക്കാൻ തുടങ്ങിയപ്പോഴാണ്. ഉയരം കുറഞ്ഞ സാർത്ര് കാണാൻ വളരെ മോശമായിരുന്നു. ചെറിയൊരു കോങ്കണ്ണുമു ണ്ടായിരുന്നു. എന്നിട്ടോ? നോബൽപ്രൈസ് കിട്ടി. പാരീസിലെ ഏറ്റവും സുന്ദരികളായ സ്ത്രീകളുമായി അദ്ദേഹത്തിനു സൗഹൃദമുണ്ടായി. സിമോൻ ദ് ബുവ്വാറിനു പുറമെ ആയിരുന്നു അത്. ഞാൻ ഉയരം കുറഞ്ഞ് മെലിഞ്ഞിട്ടാണെങ്കിലും എനിക്ക് കോങ്കണ്ണില്ലല്ലോ.

ഉള്ള സമയമെല്ലാം ഞാൻ വായനയ്ക്കും എഴുത്തിനുമായി നീക്കി വെച്ചു. കൂട്ടത്തിൽ ഒരു അഡ്വാൻസ്ഡ് ഡിപ്ലോമ കോഴ്സിൽ ചേർന്ന് ഫ്രെഞ്ച് ഭാഷയിലും സാഹിത്യത്തിലും അവഗാഹം നേടാൻ ശ്രമിച്ചു. അദ്ധ്യാപികമാരിൽ ഒരാൾ പ്രശസ്ത ബംഗാളി കവി ലോകനാഥ് ഭട്ടാ ചാര്യയുടെ ഫ്രെഞ്ചുകാരി പത്നി ഫ്രാൻസ് ഭട്ടാചാര്യയായിരുന്നു. ബംഗാ ളിയിലും ഇംഗ്ലീഷിലും ഫ്രെഞ്ചിലും കവിതയെഴുതുന്ന ലോകനാഥ് ഭട്ടാ ചാര്യ പലതവണ എന്നെ അവരുടെ വീട്ടിലേക്ക് ക്ഷണിച്ചു. തന്നേക്കാൾ പ്രായം കുറഞ്ഞ എനിക്ക് അദ്ദേഹം വൈൻ പകർന്നുതരികയും ചെയ്തു. സഞ്ചരിച്ചിരുന്ന കാർ പുഴയിൽ വീണാണ് അദ്ദേഹം മരിച്ചത്.

എഴുത്തിൽ എനിക്ക് പെട്ടെന്ന് അംഗീകാരം ലഭിച്ചു. വ്യത്യസ്ത മായ രീതിയിൽ എഴുതിയതുകൊണ്ടായിരിക്കാമത്. അന്നുവരെയുള്ള എഴുത്തിന്റെ രീതി ഞാൻ ബ്രെയിക് ചെയ്യാൻ ശ്രമിച്ചു. പുതിയ ഭാഷ, പുതിയ പ്രമേയങ്ങൾ, ഇതൊക്കെ ഉള്ളതുകൊണ്ട് പെട്ടെന്നുതന്നെ ഞാൻ അറിയപ്പെട്ടു. എംബസിയിലും ഞാൻ കഠിനമായി അദ്ധ്വാനിച്ചു കൊണ്ടിരുന്നു. ഒരു ഭാഗത്ത് എഴുത്തും വായനയും മറുഭാഗത്ത് രാപ്പക ലെന്നില്ലാതെ ഓഫീസ് പണിയും. ഊണും ഉറക്കവുമില്ലാതെ പണിയെ ടുക്കുവാൻ ഞാൻ ശീലിച്ചു. ഫ്രഞ്ചുകാർക്ക് ഒരു ഗുണമുണ്ട്. എഴുത്തു കാരോട് വലിയ ബഹുമാനമാണ്. ഫ്രാൻസിനെപ്പോലെ സർഗ്ഗാത്മക പ്രവർത്തനത്തിനു ഇത്രമാത്രം പരിഗണന നല്കുന്ന വേറൊരു രാജ്യ മില്ല. ഫ്രഞ്ച് അക്കാദമിയിൽ അംഗമാകാൻ മുൻ രാഷ്ട്രപതിമാർ പോലും കാത്തിരിക്കുന്നു. അവിടത്തെ സാംസ്കാരിക സ്ഥാപനങ്ങളുടെ നില വാരവും ശുദ്ധിയും മറ്റെവിടെയും ഞാൻ കണ്ടിട്ടില്ല. ഫ്രാൻസിലെ ഉന്നത ബഹുമതിയാണ് ലിജിയൻ ഓഫ് ഓണർ. സത്യജിത് റേയ്ക്ക് അതു ലഭിച്ചു. ഫ്രഞ്ച് പ്രസിഡന്റ് കൽക്കത്തയിൽ സത്യജിത് റേയുടെ വസ തിയിൽ ചെന്ന് നേരിട്ടാണ് കീർത്തിമുദ്ര സമർപ്പിച്ചത്. ഞാൻ ഫ്രാൻസ് സന്ദർശിച്ചപ്പോൾ അവർ എന്നെ ആദ്യം കൊണ്ടുപോയത് എഴുത്തുകാ രുടെയും ചിത്രകാരന്മാരുടെയും വീടുകളിലേക്കാണ്. ഫ്രഞ്ച് പ്രധാന മന്ത്രി ദൊമിനിക് ദ് വിൽപേനെ ഞാൻ പാരീസിൽ വെച്ച് കണ്ടപ്പോൾ *മയ്യഴിപ്പുഴയുടെ തീരങ്ങളിൽ* ഫ്രഞ്ചിൽ വായിച്ചതായി അദ്ദേഹം പറഞ്ഞു. പെത്തീത്തെക്രിവേൻ ദ് ലംബസാദ് (എംബസിയിലെ കൊച്ചുസാഹി ത്യകാരൻ) എന്നാണ് അദ്ദേഹം മറ്റുള്ളവർക്ക് എന്നെ പരിചയപ്പെടുത്തി കൊടുത്തത്. ഫ്രഞ്ച് അക്കാദമി പ്രസിഡന്റ് ഭരണാധികാരിയേക്കാൾ ഉയർന്ന പദവിയിലുള്ളയായാളാണ്. അവിടത്തെ സാംസ്കാരിക സ്ഥാപന ങ്ങളുടെ പരിശുദ്ധി കേരളത്തിൽ കാണാനേയില്ല. മാറിമാറി വരുന്ന സർ ക്കാരുകളുടെ പ്രതിനിധികളാണ് ഇവിടെ അക്കാദമികൾ കൈകാര്യം ചെയ്യുന്നത്. ദൽഹിയിലെ ഫ്രഞ്ച് എംബസി ഒരു മിനി ഫ്രാൻസാണ്. അവിടെ മുപ്പത്തിയാറ് കൊല്ലം ജോലി ചെയ്യാൻ കഴിഞ്ഞത് എന്റെ ഒരു സൗഭാഗ്യമാണ്. എന്റെ എഴുത്തുജീവിതത്തിന്റെ ദിശ നിർണ്ണയിക്കുന്ന തിൽ അത് വലിയൊരു പങ്ക് വഹിച്ചിരുന്നു. മൺമറഞ്ഞ കലാകാരന്മാ രുടെ ശവകുടീരത്തിലേക്കും വസതിയിലേക്കും പത്രപ്രവർത്തകരുടെ അടുത്തേക്കും എത്തുമ്പോഴാണ് ആതിഥേയമര്യാദയുടെ ഉദാത്തമായ സംസ്കാരം അറിയുന്നത്. മാഹിയിൽ ഫ്രഞ്ച് അംബാസഡർ വന്നപ്പോൾ ആദ്യം സന്ദർശിച്ചത് എന്നെയാണ്. *മയ്യഴിപ്പുഴയുടെ തീരങ്ങളിൽ* അദ്ദേ ഹത്തിന് ഇഷ്ടപ്പെട്ട കാര്യം പറഞ്ഞു.

എന്റെ പുസ്തകങ്ങൾ

ഒരിക്കൽ ഞാൻ എന്റെ പുസ്തകങ്ങൾക്കു മുമ്പിൽ ഇരിക്കുമ്പോൾ എനിക്കെന്റെ കണ്ണുകളെ വിശ്വസിക്കുവാൻ കഴിഞ്ഞില്ല. *മയ്യഴിപ്പുഴയുടെ തീരങ്ങളിൽ, ഡൽഹി, ഹരിദ്വാറിൽ മണികൾ മുഴങ്ങുന്നു, ഈ ലോകം അതിലൊരു മനുഷ്യൻ...* ഈ പുസ്തകങ്ങളൊക്കെ എഴുതിയത് ഞാൻ തന്നെയാണോ? മറ്റുള്ളവരുടെ പുസ്തകങ്ങൾ വായിച്ചിട്ടാണ് ഞാൻ വളർന്നത്. ഇപ്പോഴിതാ, ഞാനും കുറെ പുസ്തകങ്ങൾ എഴുതിയിരി ക്കുന്നു. സുഖകരമായ ഒരു ഫീലിങ്ങായിരുന്നു അത്.

വീട്. അതാണെന്റെ ആദ്യത്തെ പുസ്തകം. ആദ്യകാല കഥകളാ യിരുന്നു ഈ സമാഹാരത്തിൽ. തൃശൂർ കറന്റ് ബുക്സാണ് പ്രസാധ കർ. അച്ചടിച്ചെലവ് അഞ്ഞൂറ് രൂപ ഞാൻ വഹിക്കേണ്ടി വന്നു. അതൊരു വളരെ വലിയ തുകയായിരുന്നു. പതിവുപോലെ സഹായിച്ചത് രാഘ വേട്ടനാണ്. പിന്നീട് കുറേ വർഷങ്ങൾക്കുശേഷം വി ആർ സുധീഷിനു ആദ്യ കഥാസമാഹാരം പ്രസിദ്ധീകരിക്കാനുള്ള പൈസ ഞാനാണ് കൊടുത്തത്. അപ്പോഴേക്ക് എന്റെ സാമ്പത്തികപരാധീനതകൾ അവ സാനിച്ചിരുന്നു. ആപ്പീസിൽനിന്നു നല്ല ശമ്പളം കിട്ടുന്നുണ്ട്. പുസ്തക ങ്ങളിൽനിന്നും ധാരാളം പണം കിട്ടിത്തുടങ്ങി. ഞാൻ ശ്രീജയോടു പറയും നിന്നെ കല്യാണം കഴിച്ചതിനുശേഷമാണ് ഞാൻ പച്ചപിടിച്ചു തുടങ്ങി യത്. അതുകേട്ട് അവൾ ഒന്നു ചിരിക്കുക മാത്രം ചെയ്തു. അപ്പോഴേക്ക് എന്റെ ഒട്ടിയ കവിളുകളിൽ മാംസം വന്നു നിറയാൻ തുടങ്ങി. ഇപ്പോൾ, ഉയരമില്ലെങ്കിലും കാണാൻ അത്ര മോശമല്ലെന്ന് കണ്ണാടിയിൽ നോക്കി യപ്പോൾ എനിക്കു തോന്നി. ആത്മവിശ്വാസത്തിന് ഇനിയെനിക്ക് സാർത്രിന്റെ സഹായം ആവശ്യമില്ല. ഞാൻ സ്വയം പറഞ്ഞു. ഓഫീസ് ജീവിതം അച്ചടക്കം ആവശ്യപ്പെട്ടു. ആ അച്ചടക്കവും ഭാര്യയും കുട്ടിക

ളുമാണ് എന്നെ രക്ഷിച്ചത്. വീട്ടുകാര്യങ്ങൾ ശ്രദ്ധിക്കുവാൻ എനിക്ക് സമയം കിട്ടിയിരുന്നില്ല. അതൊക്കെ ചെയ്തത് ശ്രീജയാണ്. അവൾ കുട്ടികളെ നല്ല നിലയിൽ വളർത്തി. അവരുടെ പഠിപ്പിൽ ശ്രദ്ധ വെച്ചു... അങ്ങനെ പുറമേ കാണാവുന്ന എന്റെ അരാജകജീവിതം അവസാനിച്ചു. പക്ഷേ, ആന്തരികമായി ഞാൻ അപ്പോഴും അനാർക്കിക് ആണ്. ഇപ്പോഴും. അമിതമായ അച്ചടക്കം എഴുത്തിനെ പ്രതിരോധിക്കുമെന്ന് ഞാൻ വിശ്വസിക്കുന്നു.

വീട് എന്ന കഥയുടെ പ്രമേയം ഡൽഹി പശ്ചാത്തലമാക്കിയിട്ടു ള്ളതാണ്. ഒരു വീട് വാടകയ്ക്കു കിട്ടാനുള്ള ബുദ്ധിമുട്ടിനെപ്പറ്റിയുള്ള വളരെ റിയലിസ്റ്റിക്കായിട്ടുള്ള ഒരു കഥയാണ്. ഇപ്പോൾ *മാതൃഭൂമി* ബുക്സ് ഒരു പുസ്തകം ഇറക്കിയിട്ടുണ്ട്. *വീടും മറ്റു കഥകളും* എന്ന പേരിൽ. ഡൽഹിയിൽ ഒരു ഇംഗ്ലീഷ് വാരികയുണ്ട് *ത്രാട്ട്* എന്ന പേരിൽ. *വീട്* എന്ന മലയാള പുസ്തകത്തിന്റെ റിവ്യൂ അതിൽ വന്നിരിക്കുന്നു. ഭയങ്കര നിലവാരമുള്ള ഒരു വാരികയാണ്. ഒരു കന്നി എഴുത്തുകാരന്റെ കഥാസമാഹാരത്തിന്റെ റിവ്യൂ അത്ര പ്രസിദ്ധമായ ഒരു വാരികയിൽ വന്നത് വലിയ സംഭവമായി. സംഭവം അതല്ല ഈ വാരിക ഞങ്ങളുടെ ഓഫീസിൽ വരുത്തുന്നുണ്ട്. കൗൺസിലർക്കറിയില്ല ഞാൻ എഴുതാറു ണ്ടെന്ന്. വെറുതെ അന്വേഷിച്ചപ്പോൾ ആരോ പറഞ്ഞു. ഞാൻ എഴുതി യതാണ്. അയാൾ എന്നെ വിളിച്ച് അഭിനന്ദിച്ചു. അതെന്നെ അത്ഭുതപ്പെ ടുത്തി.

അടുത്തയാഴ്ച തന്നെ അദ്ദേഹം വൈകുന്നേരം കോക്ടെയിൽ പാർട്ടി നടത്തി, എന്നെ പരിചയപ്പെടുത്താൻ വേണ്ടി. അവരുടെ ഒരു രീതി അങ്ങനെയാണ്. അതിൽ ഒരുപാട് എഴുത്തുകാരെയൊക്കെ വിളിച്ചു. നിർമ്മൽ വർമ്മ എന്നിവരൊക്കെ വന്നിരുന്നു. എനിക്ക് ഇപ്പോഴും ഓർമ്മയുണ്ട്. അത്രയും അദ്ദേഹം ചെയ്തു. അവർക്കങ്ങനെയാണ്. ഏതു കാര്യത്തിനും പാർട്ടി നടത്തും. അദ്ദേഹം എന്നെ വളരെ സഹായിച്ചു. ഞാൻ അന്ന് ആരും ശ്രദ്ധിക്കാത്ത ഒരു പയ്യനായിരുന്നല്ലോ. കല്യാണ മൊന്നും കഴിച്ചിട്ടില്ല. ആ പരിചയപ്പെടുത്തൽ പെട്ടെന്ന് ഒരു ശ്രദ്ധ കിട്ടാൻ കാരണമായി. എംബസിയിൽനിന്ന് എനിക്ക് ഒരുപാട് പ്രോത്സാഹനം ലഭി ച്ചിട്ടുണ്ട്. ഔദ്യോഗിക ജീവിതത്തിൽ പലപ്പോഴും എനിക്ക് പലവിധം പ്രോത്സാഹനങ്ങളും ലഭിച്ചിട്ടുണ്ട്. ഒരിക്കൽ പ്രധാനമന്ത്രിയെ കണ്ട പ്പോൾ അദ്ദേഹം പോലും പറഞ്ഞു, *മയ്യഴിപ്പുഴയുടെ തീരങ്ങളിൽ* വായിച്ചു എന്ന്. അതൊക്കെ എനിക്ക് എനിക്ക് ഓഫീസിൽ വലിയ സ്റ്റാറ്റസ് നേടി ത്തന്നു. ജീവിതത്തിൽ അങ്ങനെ ഒരുപാട് അനുഭവങ്ങളുണ്ടായിട്ടുണ്ട്. അവിടെനിന്ന് പരിചയപ്പെട്ട എഴുത്തുകാർ, മലയാളികളല്ലാത്ത എഴുത്തു കാർ. കോക്ടെയിൽ പാർട്ടി എന്നത് കുടി പാർട്ടിയല്ല. ഏത് എഴുത്തു കാർ വന്നാലും വൈകുന്നേരം സംസാരിക്കാൻ വേണ്ടി ഒരു പാർട്ടി നടത്തും. ഡൽഹിയിൽ എഴുത്തുകാരെയൊക്കെ വിളിച്ച് ഒരു പാർട്ടി നടത്തും. എനിക്കപ്പോഴേക്കും അവിടെ കുറേ കോൺടാക്സ് ഉണ്ടായി.

എത്രയോ സെമിനാറുകൾ, ചർച്ചകൾ എന്നിവയൊക്കെ സംഘടിപ്പിച്ചു. ഞാൻ എംബസിയിൽ ചെയ്ത പണി അധികവും സാംസ്കാരിക പ്രവർത്തനവുമായി ബന്ധപ്പെട്ടതായിരുന്നു. അതിനാൽ പല എഴുത്തു കാരുമായും സാസ്കാരിക പ്രവർത്തകരുമായും ചിത്രകാരന്മാരുമായും കോൺടാക്സ് ഉണ്ടാക്കാൻ കഴിഞ്ഞു. ഴാക്ക് ദെരിദ എന്ന ആൾ ഡൽഹി യിൽ വരാനും അവിടെ ജവഹർലാൽ യൂണിവേഴ്സിറ്റിയിൽ ലക്ചർ ചെയ്യാനും എല്ലാം പ്രവർത്തിച്ചത് ഞാനാണ്. നാഷണൽ സ്കൂൾ ഓഫ് ഡ്രാമയിലും ലക്ചർ ചെയ്തു. ലോകം മുഴുവൻ അറിയപ്പെടുന്ന സൈദ്ധാ ന്തികനും ബുദ്ധിജീവിയുമാണ് അദ്ദേഹം. അതുപോലെയാണ് പിക്കാ സോയുടെ ഒറിജിനൽ ചിത്രങ്ങൾ ഇന്ത്യയിലേക്ക് കൊണ്ടുവന്നത്. അത് ഭയങ്കര ഉത്തരവാദിത്വവും റിസ്കുമുള്ള ഒരു പണിയായിരുന്നു. ശരിക്കും അവർ ഒറിജിനൽ ചിത്രങ്ങൾ പുറത്തേക്കയക്കില്ല. അവിടത്തെ മ്യൂസി യങ്ങൾ പവർഫുള്ളാണ്. അവിടുത്തെ പ്രധാനമന്ത്രിയും പ്രസിഡന്റും പറഞ്ഞാൽ പോലും അവർക്കു പറ്റുന്നതല്ലെങ്കിൽ അവർ അയക്കില്ല. മ്യൂസിയത്തിന്റെ അധികൃതർക്ക് അത്രയും പവർ ആണ്. പുറത്തേക്കയ ച്ചാൽ എന്തെങ്കിലും സംഭവിച്ചുപോയാൽ. റിസ്ക് ഏറ്റെടുക്കില്ല. അതു കൊണ്ട് അവർ അയക്കില്ല. അത് അവരുടെ രാജ്യത്തിന്റെ സ്വത്താണ്. അതിന്റെ സെക്യൂരിറ്റി വളരെ ശ്രദ്ധിക്കണം. മൂന്നു ദിവസത്തിലായി മൂന്നു വിമാനത്തിലാണ് പിക്കാസോയുടെ ചിത്രങ്ങൾ കൊണ്ടുവന്നത്. പ്രസിഡന്റും പ്രൈംമിനിസ്റ്ററും വരുന്നതുപോലുള്ള ഹൈ സെക്യൂരിറ്റി യിലാണ് അത് കൊണ്ടുവന്നത്. പോകുന്ന വഴി മുഴുവൻ പൊലീസ്. പറഞ്ഞാൽ വിശ്വസിക്കില്ല. ചിത്രം പ്രദർശിപ്പിക്കുന്ന സ്ഥലത്തിന്റെ ഈർപ്പം പോലും നിയന്ത്രിക്കണം. അതിന് ആവശ്യമായ ഉപകരണം ഇവിടെയില്ല. അത് ജർമ്മനിയിൽനിന്ന് കൊണ്ടുവരണം. അത് അവിടുന്നു കൊണ്ടുവന്നു. ഭയങ്കമായിട്ടുള്ള പ്രവർത്തനമാണ്. അങ്ങനെ ഒരുപാട് റിസ്ക് എടുത്താണ് പിക്കാസോയുടെ ചിത്രപ്രദർശനം ഡൽഹിയിൽ നടത്തിയത്. ഒരു വിമാനത്തിൽ കൊണ്ടുവരില്ല. എങ്ങാനും വിമാനം തകർന്നാൽ വിലപിടിച്ച ഈ ചിത്രങ്ങൾ മുഴുവനും പോകുമല്ലോ. അതു കൊണ്ട് മൂന്നു വിമാനങ്ങളിലാണ് കൊണ്ടുവന്നത്.

എംബസി എന്നെ പാരീസിൽ പറഞ്ഞയച്ച് കൾച്ചറൽ മാനേജു മെന്റിൽ പരിശീലനം നല്കി. ഫ്രാൻസിലേയും ഇന്ത്യയിലേയും എഴു ത്തുകാരും ചിത്രകാരന്മാരും ചിന്തകരുമായി ഒരുപാട് പേരുമായി ഞാൻ ഇടപെട്ടു. നോബേൽ സമ്മാനജേതാവായ നോവലിസ്റ്റ് ക്ലോദ് സിമോൻ ഇന്ത്യയിൽ വന്നപ്പോൾ രണ്ടു ദിവസം മുഴുവനും ഞാൻ അദ്ദേഹത്തിന്റെ കുടെയുണ്ടായിരുന്നു. ഒട്ടും സംസാരിക്കാത്ത, ചെറിയ നീലക്കണ്ണുക ളുള്ള, വളരെ സീരിയസായ ഒരാളാണ് ക്ലോദ് സിമോൻ. ആന്റി നോവ ലിന്റെ പ്രണേതാവാണ്. മറക്കാൻ കഴിയാത്ത മറ്റൊരനുഭവം. ഴാക്ക് ദെരി ദയെ ഞങ്ങൾ ഡൽഹിയിൽ കൊണ്ടുവന്നതായിരുന്നു. അദ്ദേഹം മൂന്ന് പ്രഭാഷണങ്ങൾ നല്കുകയുണ്ടായി. ജവഹർലാൽ നെഹ്റു യൂണിവേ

ഴ്സിറ്റിയിലും ഡൽഹി യൂണിവേഴ്സിറ്റി യിലും നാഷണൽ സ്കൂൾ ഓഫ് ഡ്രാമ യിലും. എൻ എസ് ഡിയിലെ ദെരിദയുടെ പ്രഭാഷണത്തിന്റെ വിഷയം MOMA എന്നായിരുന്നു. അതായത്, ന്യൂയോർ ക്കിലെ മ്യൂസിയം ഓഫ് മോഡേൺ ആർട്ട്. മൂന്നരമണിക്കൂർ നീണ്ടുനിന്ന ആ പ്രഭാഷണം ശ്രോതാക്കളെ തരിപ്പിക്കുന്ന തായിരുന്നു. മറ്റൊരു അവിസ്മരണീയ മായ അനുഭവം, റെഴീസ് ദെബ്രേയുടെ കൂടെ ചെലവഴിച്ച ഏതാനും മണിക്കൂറു കളായിരുന്നു. ഡൽഹിയിലെ ഇന്ദിരാഗാ ണ്ഡി നാഷണൽ സെന്റർ ഫോർഡ് ആർ

റെഴീസ് ദെബ്രേ

ട്സിൽ നടന്ന ഒരു സെമിനാറിൽ പങ്കെടുക്കുവാൻ വന്നതായിരുന്നു അദ്ദേഹം. ദെബ്രേ ചെ ഗുവേരയുടെ കൂടെ ബോളീവിയൻ വനാന്തരങ്ങ ളിൽ ഒളിയുദ്ധം നടത്തിയ വിപ്ലവകാരിയാണ്. *റെവല്യൂഷൻ ഇൻ റെവ ല്യൂഷൻ* എന്ന അദ്ദേഹത്തിന്റെ പുസ്തകം വളരെ പ്രശസ്തമാണല്ലോ. ജെ എൻ യു വിലേയും സെന്റ് സ്റ്റീഫൻസ് കോളേജിലേയും തീവ്ര ഇട തുപക്ഷ വിദ്യാർത്ഥികൾ സദാ കൂടെക്കൊണ്ടുനടന്ന പുസ്തകം.

അങ്ങനെ അവർ കൊണ്ടു നടന്ന മറ്റൊരു പുസ്തകം മാവോവിന്റെ *റെഡ്ബുക്കായിരുന്നു*. ജെ എൻ യുവിലെ പെൺകുട്ടികളുടെ മൂന്നാം മാറിടമാണ് *റെഡ്ബുക്ക്* എന്നു പറഞ്ഞത് കുഷ്വന്ത് സിങ്ങാണ്. അദ്ദേഹം ഞങ്ങളുടെ ഓഫീസിൽനിന്നു ഒരുപാട് അകലെ സുജാൻ സിങ് പാർക്കിലാണ് താമസിച്ചത്. മദ്യം തലയ്ക്കുപിടിക്കുമ്പോൾ അദ്ദേഹം അങ്ങനെ ചില ജോക്കുകൾ പൊട്ടിക്കും. ഔറംഗ്സീബ് റോഡിലെ ഞങ്ങ ളുടെ ഓഫീസിലെ കോക്ടെയിൽ പാർട്ടികളിൽ അദ്ദേഹം പങ്കെടുക്കു മായിരുന്നു. വളരെ പ്രായമായിട്ടും അദ്ദേഹം വരുമായിരുന്നു. നടക്കാൻ ബുദ്ധിമുട്ടു തുടങ്ങിയപ്പോൾ ഞാൻ എംബസികാറിൽ പോയി അദ്ദേ ഹത്തെ കൂട്ടിക്കൊണ്ടുവരുമായിരുന്നു. എന്റെ പുസ്തകങ്ങളെക്കുറിച്ച് അദ്ദേഹം അന്വേഷിക്കുമായിരുന്നു. *ദൈവത്തിന്റെ വികൃതികൾ* പെൻഗ്വിൻ ഇംഗ്ലീഷിൽ പ്രസിദ്ധീകരിച്ചപ്പോൾ ഞാനദ്ദേഹത്തിനു ഒരു കോപ്പി കൊടുക്കുകയുണ്ടായി.

നാലു പതിറ്റാണ്ടുകളോളം ഞാൻ ഡൽഹിയിലായിരുന്നു. നാട്ടിൽ നിന്നു നോക്കുമ്പോൾ അന്ന് ഡൽഹി വളരെ അകലെയായിരുന്നു. വളരെ വളരെ അകലെ. ഇപ്പോൾ കാനഡയെന്നോ അമേരിക്കയെന്നോ പറയു ന്നതുപോലെയായിരുന്നു അന്ന് ഡൽഹി. അവിടേക്കു പോകുന്നത് ഭൂമി യുടെ അറ്റത്തേക്ക് പോകുന്നതുപോലെയുള്ള ഒരനുഭവമായാണു തോന്നി യത്. അതിൽ സാഹസികത മാത്രമല്ല അനുഭവപ്പെട്ടത്, അയഥാർഥ മായ എന്തോ ഒന്ന് അതിലുണ്ടായിരുന്നു. പ്രവാസം എന്നത് ദൂരം മാത്ര

മല്ല സൂചിപ്പിക്കുന്നത്. സ്വപ്നത്തിനും യാഥാർത്ഥ്യത്തിനുമിടയിലുള്ള ഒരനുഭവം കൂടിയാണത്. അങ്ങനെയാണ് ആ കാലം അന്നെനിക്കനുഭ വപ്പെട്ടത്.

കേരളത്തിലൊരിടത്തുനിന്നും നേരിട്ട് ഡൽഹിയിലേക്ക് തീവണ്ടി ഇല്ലാത്ത കാലം. മദ്രാസ് മെയിലിന് മദിരാശിയിൽ പോകണം. അവിടെ ലോഡ്ജിൽ മുറിയെടുക്കണം. റെയിൽവേസ്റ്റേഷനിലെ പോർട്ടർമാരു മായും ടാക്സിക്കാരുമായും കൂലിക്കാര്യത്തിൽ വഴക്കടിക്കുകയും വേണം. ലോഡ്ജിലെ മണവും ചുവയുമുള്ള വെള്ളത്തിൽ കുളിക്കണം. കൊടുംചൂടിൽ തൊണ്ട വരളുമ്പോൾ ആ വെള്ളംതന്നെ കുടിക്കണം. പകൽ മുഴുവനും നീണ്ടുനില്ക്കുന്ന കാത്തിരിപ്പ്. അവസാനം വീണ്ടും മദ്രാസ് സെൻട്രലിൽച്ചെന്ന് ഗ്രാന്റ് ട്രങ്ക് എക്സ്പ്രസിൽ തലചായ്ക്കാൻ ഒരിടത്തിനുവേണ്ടി വിലപേശൽ. അതു കഴിഞ്ഞ് തമിഴ്നാട്, ആന്ധ്ര, മഹാരാഷ്ട്ര, മദ്ധ്യപ്രദേശ്, ഉത്തർപ്രദേശ്, ഹരിയാന എന്നിങ്ങനെ ഒട്ടേറെ സംസ്ഥാനങ്ങളിലൂടെയുള്ള നദികളും കാടുകളും നഗരങ്ങളും കടന്നുള്ള അവസാനിക്കാത്ത യാത്ര. അവസാനം യാത്ര പുറപ്പെട്ട് നാലാമത്തെ ദിവസം (ചിലപ്പോൾ അഞ്ചാം ദിവസമായേക്കാം) ശരീരത്തിലും തല യിലും നിറയെ കല്ക്കരിപ്പുകയുമായി ഡൽഹിയിൽ വന്നിറങ്ങുമ്പോൾ ഒരു ജന്മം കഴിഞ്ഞപോലെ തോന്നും.

അക്കാലം ഡൽഹി വളരെ ദൂരെയായി തോന്നിയത് യാത്രാ സൗക ര്യങ്ങളുടെ അഭാവം കൊണ്ടുമാത്രമല്ല എന്നുകൂടി പറയേണ്ടിയിരിക്കുന്നു. ദൃശ്യമാധ്യമങ്ങളില്ലാത്ത ഒരു കാലമായിരുന്നു അത്. ഡൽഹിയെന്നു കേൾക്കുമ്പോൾ മനസ്സിൽ തെളിയുക പാർലമെന്റ് ഹൗസും കുത്തബ് മിനാറും ചെങ്കോട്ടയും പണ്ഡിറ്റ് ജവഹർലാൽ നെഹ്റുവുമായിരുന്നു. ചെങ്കോട്ടയുടെ ചിത്രം ചുവപ്പുനിറത്തിലല്ല മനസ്സിൽ പതിഞ്ഞത്. അന്ന് പത്രമാസികകളിൽ കളർഫോട്ടോകൾ വന്നുതുടങ്ങിയിരുന്നില്ല. അതു കൊണ്ട് പത്രത്തിന്റെ താളുകളിലെ സൂര്യാസ്തമയംപോലും കറുപ്പിലും വെളുപ്പിലുമായിരുന്നു. അങ്ങനെ അന്ന് മനസ്സിലുണ്ടായിരുന്ന എല്ലാ ചിത്ര ങ്ങളും കറുപ്പിലും വെളുപ്പിലുമുള്ളവയായിരുന്നു.

വർണ്ണഫോട്ടോഗ്രാഫിയും ദൃശ്യമാധ്യമങ്ങളും വന്നതോടെ ഡൽ ഹിയുടെ എണ്ണമറ്റ കളർചിത്രങ്ങൾ ലഭിക്കുറവാൻ തുടങ്ങി. കുത്തബ് മിനാറും ചെങ്കോട്ടയും അവയുടെ യഥാർത്ഥനിറങ്ങളിൽത്തന്നെ കാണാ മെന്നായി. ദൃശ്യങ്ങളുടെ ബാഹുല്യം കാരണം നാട്ടിൽനിന്നു നോക്കു ന്നവർക്ക് കുത്തബ്മിനാറും ചെങ്കോട്ടയുമെല്ലാം സുപരിചിതമായി ത്തീർന്നു. അതിനുപുറമെ അതിവേഗം ഓടുന്ന വണ്ടികളും വന്നു. അങ്ങനെ ക്രമേണ ഡൽഹി അകലെ സ്ഥിതിചെയ്യുന്ന പരദേശമായി ആർക്കും തോന്നാതെയായി. നാട്ടിലുള്ളവർക്കും ഡൽഹിയിൽ ജീവിക്കു ന്നവർക്കും ഒരുപോലെ അതനുഭവപ്പെട്ടു. നാട്ടിലും ഡൽഹിക്കും ഇട യിലെ ദൂരം കുറഞ്ഞു. ഇപ്പോഴും കുറഞ്ഞുകൊണ്ടിരിക്കുന്നു. ദൂരം കുറ ഞ്ഞതോടെ ഡൽഹിയുടെ സ്വപ്നാത്മകതയും കുറഞ്ഞുവന്നു. ഇപ്പോൾ

ഡൽഹിക്ക് സ്വപ്നത്തിന്റെയോ അയഥാർത്ഥ്യത്തിന്റെയോ ആയ ഒരു പരിവേഷവുമില്ല.

ഡൽഹിയിലും പരിസരങ്ങളിലുമായി പത്തുലക്ഷത്തിലേറെ മലയാ ളികളുണ്ട്. മലയാളി സ്കൂളുകളും മലയാളി കടകളും എല്ലായിടത്തും കാണാം. ഇവിടെ ഓണവും വിഷുവും നാട്ടിലെന്നപോലെ ആഘോഷി ക്കപ്പെടുന്നു. ഒട്ടേറെ ക്ഷേത്രങ്ങളുമുണ്ട്. ഉത്സവത്തിന് ആനകളും കരി മരുന്നുപ്രയോഗവുമുണ്ട്.... ഇനിയെന്തു വേണം?

നാലു പതിറ്റാണ്ടുകൾക്കുള്ളിൽ ഡൽഹിക്കു സംഭവിച്ച മാറ്റംതന്നെ യാണ് എനിക്കും സംഭവിച്ചതെന്ന് പറയാം. സ്വപ്നാത്മകതയിൽനിന്ന് പൊള്ളുന്ന യാഥാർത്ഥ്യത്തിലേക്ക് എഴുത്തുകാരനായ ഞാൻ പരിവർ ത്തനം ചെയ്യപ്പെട്ടു. അതുകൊണ്ടാണ് *അവർ പാടുന്നപോലെയോ, ഇന്ദ്രിയങ്ങളിൽ ശൈത്യം* പോലെയോ ഉള്ള ഭ്രമാത്മകക്കഥകൾ പിന്നീട് എനിക്ക് എഴുതാൻ കഴിയാതെ വന്നത്. പകരം *ഡൽഹി -81* പോലുള്ള റിയലിസ്റ്റിക് കഥകൾ പിന്നീട് എഴുതിയതും അതുകൊണ്ടുതന്നെ.

നിശ്ശബ്ദതയുടെ ദ്വീപ്

ഞാൻ ഡൽഹിയിൽവന്ന വർഷംതന്നെ നഗരത്തിൽ ഒരു ഭൂചലനമുണ്ടായി. കെട്ടിടങ്ങൾ കിട നാടുന്നത് കണ്ടു. പാർപ്പിടത്തിനു താഴെയുള്ള കല്ക്കരി ഡിപ്പോ വിന്റെ ചുമരുകൾ പിളർന്നു. പി ന്നീട് മൂന്ന് യുദ്ധങ്ങൾക്ക് സാക്ഷ്യം വഹിച്ചു. ചൈനയുമായും പാകി സ്ഥാനുമായുമുള്ള യുദ്ധങ്ങൾ. രാത്രി ടെറസിൽ കിടക്കുമ്പോൾ മുകളിലൂടെ പോർവിമാനങ്ങൾ പറന്നുപോകുന്നതും അകലെ ബോംബുകൾ വീണു പൊട്ടുന്ന വെളിച്ചവും കണ്ടു. പിന്നീട് ഇന്ദിരാ ഗാന്ധിയുടെ വധവും സിഖുകാ രുടെ കൂട്ടക്കുരുതികളും കണ്ടു. ഇതൊക്കെ ഒരിക്കലും മറക്കാൻ കഴിയാത്ത, നെഞ്ചുപിളർത്തുന്ന

നഗരാനുഭവങ്ങളാണ്. ഇന്ദിരാഗാന്ധിക്ക് വെടിയേറ്റു എന്നറിഞ്ഞത് ഉച്ച യ്ക്കാണ്. അറിഞ്ഞപ്പോൾ ഞാൻ ഒന്നും ആലോചിച്ചില്ല പുറത്തിറങ്ങി നടന്നു. വല്ലാത്ത ഒരു അന്തരീക്ഷമാണ് അപ്പോൾ. വാഹനങ്ങൾ പരക്കം പായുന്നു. പെണ്ണുങ്ങൾ എല്ലാം നെഞ്ചത്തിടിച്ച് കരയുന്നു. മെഡിക്കൽ ഇൻസ്റ്റിറ്റ്യൂട്ടിലേക്ക് പോകുന്നു. നമ്മൾ ആകെ പേടിച്ചുപോകുന്ന ഒരവ

സ്ഥ. സ്ട്രീറ്റ് മുഴുവൻ നിലവിളിക്കുന്ന സ്ത്രീകളും. പിന്നെ സംഭവിക്കു ന്നത് സിഖുകാരെ ആക്രമിക്കുന്നതാണ്. ഓഫീസിൽ നിന്നിറങ്ങി വീട്ടി ലേക്ക് പോകുമ്പോൾ ഞാൻ കണ്ടു. ഒരു സർദാർജിയെ ടാക്സി ഓടിച്ചു പോകുമ്പോൾ ലഹളക്കാർ തടഞ്ഞ് അയാളുടെ ടാക്സികാറിൽ നിന്നു തന്നെ പെട്രോൾ എടുത്ത് അയാളുടെ തലയിലൂടെ ഒഴിച്ച് കത്തിച്ചു കളയുന്നു. സൗത്ത് എക്സ്റ്റൻഷൻ എന്ന സ്ഥലത്തായിരുന്നു അത്. *ഡൽഹി ഗാഥകൾ* നോവലിൽ അതിനെപ്പറ്റി ഒരുപാട് പറയുന്നുണ്ട്. ഇന്ത്യയും ചൈനയും തമ്മിൽ യുദ്ധം കഴിഞ്ഞ സമയം. കമ്യൂണിസ്റ്റ് പാർട്ടിയുടെ പിളർപ്പിനു മുമ്പുള്ള അവസാനത്തെ മഹാസമ്മേളനം ഞാൻ കണ്ടു-ബോട്ട് ക്ലബ്ബിൽ എസ് എ ഡാങ്കേ അന്ന് സംസാരിച്ചു. രാജ്പഥിൽ അന്ന് ചെങ്കൊടികളുടെ പ്രളയമായിരുന്നു. ഡാങ്കേയെ ഞാൻ അന്ന് ആദ്യ മായി കാണുകയാണ്. അന്നത്തെ ആ സമ്മേളനം കാണുമ്പോൾ കമ്യൂ ണിസ്റ്റ് പാർട്ടി ഇന്ത്യ ഭരിക്കും എന്ന് തോന്നിപ്പോയി.

പടയോട്ടങ്ങളുടെയും യുദ്ധങ്ങളുടെയും ഒരു ചരിത്രമാണ് ദൽഹി ക്കുള്ളത്. ഇത്രയധികം ചോര കണ്ടിട്ടുള്ള മറ്റൊരു ഇന്ത്യൻ നഗരമുണ്ടോ? പണ്ട് ഡൽഹി നിവാസികളിൽ വലിയൊരു വിഭാഗം വിഭജനത്തെത്തു ടർന്ന് പാകിസ്ഥാനിൽനിന്നും അതിർത്തിതീരങ്ങളിൽനിന്നും വന്നു കുടി യേറിപ്പാർത്തവരായിരുന്നു. കുഷ്വന്ത് സിങ്ങിന്റെ *പാകിസ്ഥാനിലേ ക്കുള്ള വണ്ടി,* ബിഷം സാഹ്നിയുടെ *തമസ്സ്* എന്നീ നോവലുകളിലൂടെ യാണ് ആ ദുരന്തത്തിന്റെ ചിത്രങ്ങൾ നമുക്ക് ലഭിച്ചത്. എന്നാൽ ഡൽഹി നിവാസികൾക്ക് ആ ദുരന്തം നോവലുകളുടെ ഇതിവൃത്തങ്ങളല്ല. അവർ അത് ജീവിച്ചറിഞ്ഞവരാണ്. ഉടുതുണിമാത്രം സ്വന്തമായി അഭയാർത്ഥി കേന്ദ്രങ്ങളിൽവന്നു പാർത്ത അവരാണ് ഇന്നു രാജ്യത്തെ ഏറ്റവും സമ്പ ന്നമായ ഈ നഗരത്തെ പടുത്തുയർത്തിയത്. നിലനില്പിനുവേണ്ടിയുള്ള പൊരുതലും കഠിനമായ അദ്ധ്വാനവുമാണ് അതിനു പിറകിലുള്ളത്. ആ അഭയാർത്ഥികളുടെ കർമ്മോന്മുഖതയും പ്രായോഗിക ബുദ്ധിയും ഇന്ന് എല്ലാ ഡൽഹിക്കാർക്കുമുണ്ട്.

കുത്ത്ബ്മിനാറിനടുത്ത് ആകെ ദ്രവിച്ചു കിടക്കുന്ന പഴയ ശവകുടീരങ്ങളാണ്. അതിന്റെ നടുവിലാണ് സയൻസ് ആന്റ് ടെക്നോ ളജി ഡിപ്പാർട്ട്മെന്റ്. ഇത്തരത്തിൽ വളരെ പുരാതനമായി ശവകുടീര ങ്ങൾക്ക് നടുവിലുള്ള കെട്ടിടത്തിൽനിന്നാണ് പുതിയ സാങ്കേതികവിദ്യ വളർത്തിക്കൊണ്ടു വരുന്നത്. ഡൽഹിയുടെ ഒരു പ്രത്യേകത അതാണ്. അതുകൊണ്ടാണ് എനിക്ക് ഡൽഹി കൂടുതൽ മനസ്സിൽ തങ്ങിനില് ക്കുന്നത്. അല്ലാതെ 40 കൊല്ലം അവിടെ ജീവിച്ചതുകൊണ്ട് മാത്രമല്ല, എനിക്ക് ഡൽഹിയോട് ആത്മബന്ധം തോന്നാൻ കാരണം ആ നഗര ത്തിന്റെ സ്വഭാവമാണ്. വ്യത്യസ്തമായ അനുഭവങ്ങളാണ്. മയ്യഴിയെ ക്കുറിച്ച് പറഞ്ഞാലും അങ്ങനെതന്നെ.

നാലായിരം വർഷങ്ങൾക്കിടയിൽ ഇവിടെ തലയുയർത്തി നില്ക്കു കയും തകർന്നടിയുകയും ചെയ്ത ഏഴുനഗരങ്ങളുടെ ഭരണാധികാരി

ഹുമയൂണിന്റെ ഖബർസ്ഥാൻ

കളുടേയും അവരുടെ രാജ്ഞിമാരുടേയും പ്രണയിനികളുടേയും മത
പുരോഹിതന്മാരുടേയും എണ്ണമറ്റ ശവകുടീരങ്ങൾ ഡൽഹിയിലുടനീളം
ചിതറിക്കിടക്കുന്നു. സിക്കന്തറുടെ ശവകുടീരം. ഹുമയൂണിന്റെ കബർ.
ബുൽബുലി കാനയിലെ രസിയാ സുൽത്താനയുടെ ശവകുടീരം. ആഗം
ഖാന്റെയും മഹം അൻഗയുടെയും കബറുകൾ. ജമാലി കമാലി കബർ.
മുബാരക് ഷാ ശവകുടീരം. സുൽത്താൻ ഗഡിയുടെ ശവകുടീരം. ഗിയാ
സുദ്ദീൻ തുഗ്ലക്കിന്റെ ശവകുടീരം. ഹസ്രത്ത് നിസാമുദ്ദീന്റെ കബർ. നജഫ്
ഖാന്റെ ശവകുടീരം. സംഫ്ദർ ജംഗിന്റെ കബർ. അങ്ങനെ എണ്ണമില്ലാതെ
തുടരുന്ന കബറുകളും കബർസ്ഥാനുകളും. പണ്ട് ഡൽഹിയിൽ കുറെ
നഗരങ്ങളുണ്ടായിരുന്നു. ആ നഗരങ്ങളിൽ ഏഴാമത്തേതാണ് ഷാജഹാനാ
ബാദ്. അതിന്റെ പതിനാലു പ്രവേശനകവാടങ്ങളിൽ ഒന്നാണ് തുർക്കു
മാൻ ഗെയ്റ്റ്. 1650 ലാണിത് നിർമ്മിച്ചത്.

പ്രധാനപ്പെട്ട ചിത്രപ്രദർശനങ്ങൾ ശൈത്യകാലത്താണ് നടക്കുക.
സീസൺ തുടങ്ങുന്നതു നവംബറിലാണ്. അതു മാർച്ച് അവസാനം വരെ
നീണ്ടുനില്ക്കും. ദസറയും ദീപാവലിയും കഴിഞ്ഞ് അന്തരീക്ഷത്തിൽ
നേർത്തകുളിരു പരക്കുമ്പോൾ ഡൽഹിയിൽ പെയിന്റിങ്ങുകൾ വിരിയും.
ഡൽഹി പെയിന്റിങ്ങുകളുടെ പൂന്തോട്ടമായി മാറും. കൊണാട്ട് പ്ലെയി
സിലെ ദൂമിമാൽ ഗ്യാലറിയും മണ്ഡി ഹൗസിലെ ത്രിവേണി ഗ്യാലറിയും
ഡിഫൻസ് കോളണിയിലെ വധേര ഗ്യാലറിയുമൊക്കെ ഉണരും. അവി
ടെയെല്ലാം കലാപ്രവർത്തനം സജീവമാകും. അറിയപ്പെടുന്ന മികച്ച
ഗ്യാലറികൾ രണ്ടും മൂന്നും വർഷങ്ങൾക്കുമുമ്പുതന്നെ ബുക്കു ചെയ്തു

തുർഗ്മാൻ ഗേറ്റ്

കഴിഞ്ഞിരിക്കും.

ചിത്രകാരന്മാർ താമസിക്കാൻ ഇഷ്ടപ്പെടുന്ന ഇടമാണ് ബർസാത്തി. എം എഫ് ഹുസൈൻ കുറേക്കാലം ഒരു ബർസാത്തിയിൽ താമസിച്ചി രുന്നു. എടുപ്പിന്റെ ഏറ്റവും മുകളിലായതുകൊണ്ട് ആരുടേയും ശല്യമുണ്ടാകില്ല. നല്ല കാറ്റും വെളിച്ചവും കിട്ടും. ചുറ്റുമതിലിനരികിൽ ചെന്നുനിന്നാൽ നഗരക്കാഴ്ചകൾ കാണാൻ കഴിയും. കോണാട്ട് പ്ലേസിൽ, ഇന്നത്തെ ജൻപഥ് അന്നത്തെ ക്വീൻസ്‌വേയാണ്. ഞാനതിലേ നടന്നു വരികയാണ്. രണ്ടു കാറുകൾ പെട്ടെന്ന് വന്നുനിന്നു. ഒരു കാറിൽനിന്ന് നെഹ്റു ഇറങ്ങി നടന്നുപോവുകയാണ്. പൊലീസ് കൂടിയില്ല. സദ്ദാം ഹുസൈൻ ബാഗ്ദാദിൽ ഇറങ്ങി നടന്നിരുന്നല്ലോ. ഏകദേശം അതുപോ ലെയാണ് നെഹ്റു. പ്രധാനമന്ത്രി എന്ന ഒരു നാട്യവുമില്ലാതെ സാധാര ണക്കാരനെപ്പോലെയാണ് നടന്നുപോയത്.

എഴുത്തും തൊഴിലിടവും

പാതിരാവ് കഴിയുന്ന നേരം മുറിയിലെ ചില്ലുജാലകങ്ങൾക്കുള്ളി ലേക്ക് തണുപ്പ് നുഴഞ്ഞുകയറും. നാലുമണിയാകുന്നതോടെ മുറിയിലെ കട്ടിലും മേശയും കസാരകളും പുസ്തക അലമാരകളുമെല്ലാം ശൈത്യ ത്തിൽ മരവിച്ചിരിക്കും. അപ്പോൾ കിടക്കപോലെയുള്ള രജായിക്കുള്ളിൽ ചുരുണ്ടുകൂടി കിടന്നുറങ്ങുന്നത് ഒരു സ്വർഗ്ഗാനുഭവംതന്നെ. പക്ഷേ, ആ ആനന്ദം അറിയാറില്ല. കൃത്യം നാലുമണിക്ക് ഒരു കൈ തലയിൽനിന്ന് രജായിയുടെ അറ്റം പതുക്കെ നീക്കിമാറ്റും. ആർദ്രമായ ഒരു ശബ്ദം കേൾക്കും.

"എഴുന്നേല്ക്ക്. മണി നാല്."

എന്നും ഉണരുന്ന സമയം. രജായിക്കുള്ളിലെ ഊഷ്മളതയിൽ മയ ങ്ങുന്ന ഞാൻ കണ്ണുതുറന്നില്ലെങ്കിൽ ആ കൈ സ്നേഹപൂർവ്വം ചുമ ലിൽ പിടിച്ചു കുലുക്കി ഉണർത്തും.

"കണ്ണ് തുറക്ക്. നോവലെഴുതണ്ടേ?"

അപ്പോൾ പതുക്കെ കണ്ണ് തുറക്കും. അതെ, എഴുതാനുണ്ട്. വായി ക്കാനുണ്ട്. കത്തുകൾക്ക് മറുപടി അയയ്ക്കാനുണ്ട്. പ്രഭാതത്തിന് മുൻപുള്ള മുഹൂർത്തങ്ങൾ ഉറങ്ങിത്തീർക്കുവാനുള്ളതല്ല. ഇപ്പോൾ ഞാൻ എന്റെ പണി ചെയ്തില്ലെങ്കിൽ ഇന്നിനി സമയം കിട്ടിയെന്ന് വരില്ല.

വീട്ടിൽ ടൈംപീസുണ്ട്. പക്ഷേ, കുറച്ചുകാലമായി അലാറം വെക്കാ റില്ല. അതിന്റെ ആവശ്യം വരാറില്ല. എന്നും ഏതു കാലാവസ്ഥയിലും കൃത്യം നാലുമണിക്ക് എന്നെ വിളിച്ചുണർത്താൻ ആളുണ്ട്. ഉണർന്നി ല്ലെങ്കിൽ ശബ്ദം അല്പമൊന്ന് ഉയർത്തി ശാസിക്കും.

"ഇങ്ങനെ കെടന്നുറങ്ങ്യാല് എപ്പഴാ എഴുതാ?"

ആരാണത്?

ദൈവം തന്നെ. എഴുത്തിന്റെ ദൈവം.

എഴുത്തിന് സ്വന്തമായി ഒരു ദൈവമുണ്ടോ?

ഉണ്ടെന്ന് ഞാൻ വിശ്വസിക്കുന്നു. എത്രതന്നെ പ്രതിഭയുണ്ടെങ്കിലും എത്രതന്നെ സമയമുണ്ടെങ്കിലും എഴുത്തുദൈവത്തിന്റെ അനുഗ്രഹമി ല്ലെങ്കിൽ ആർക്കും എഴുത്തുകാരനാകുവാൻ കഴിയില്ലെന്ന് ഞാൻ കരു തുന്നു.

രജായിയുടെ ഉള്ളിൽനിന്ന് പുറത്തുവന്ന് ലൈറ്റിട്ട് പൈപ്പിൽനിന്ന് ഐസുപോലുള്ള വെള്ളം കൈക്കുമ്പിളിൽ വീഴ്ത്തി മുഖം കഴുകി, ഫ്ളാസ്കിൽനിന്ന് ചുടുചായ ഗ്ലാസിലേക്ക് പകർന്ന്, എഴുത്തുമേശയുടെ മുൻപിൽ ഇരിക്കുന്നു. വായിക്കാനും കത്തുകൾക്ക് മറുപടി അയക്കാനും സിഗരറ്റിന്റെ ആവശ്യം വരില്ല.

പക്ഷേ, കഥയോ നോവലോ എഴുതുകയാണെങ്കിൽ സിഗരറ്റ് വേണം. പ്രിയപ്പെട്ട ഡൺഹിൽ കൈവിരലുകൾക്കിടയിൽ എരിഞ്ഞുകിട പ്പില്ലെങ്കിൽ മഷിപ്പേനയിൽനിന്ന് ഒരു വാക്കുപോലും കടലാസിലേക്ക് ഇറ്റിവീഴില്ല. ഞാൻ സിഗരറ്റിൽ തീ പറ്റിച്ച് പുകവിടുന്നു. നാലുമണിപ്പുക.

അങ്ങനെയാണ് എന്റെ ഒരു ദിവസം തുടങ്ങുന്നത്.

ഇന്ന് നാലുമണിക്ക് ഞാനുണർന്നില്ല.

ആരും വിളിച്ചുണർത്തിയില്ല. രാത്രി ഒരു മണിക്കാണ് തലചായ്ച്ചത്. കുറച്ചുനേരം ഉറങ്ങണം. തലയ്ക്കുള്ളിൽ ഉറക്കത്തിന്റെ കോടമഞ്ഞുമായി ഓഫീസിൽ പോകാൻ കഴിയുമോ? അത് എഴുത്തുദൈവത്തിനറിയാം. ഇതുപോലുള്ള ദിവസങ്ങളിൽ നോവലെഴുതുകയോ വായിക്കുകയോ കത്തുകൾക്ക് മറുപടി കുറിക്കുകയോ ചെയ്യാറില്ല. ചെയ്യാൻ കഴിയാറില്ല. അതുകൊണ്ട് തലയ്ക്കുള്ളിൽ മഞ്ഞു വീഴുന്ന ദിവസം എഴുത്തുദൈവം എനിക്ക് അവധി തരും.

രാത്രി ഒരുമണിവരെ ഞാൻ എന്തുചെയ്യുകയായിരുന്നു? എഴുതു കയോ വായിക്കുകയോ ആയിരുന്നില്ല. 11 മണിക്ക് വിമാനത്താവളത്തിൽ പോകേണ്ടിവന്നു. പാരീസിൽനിന്ന് പതിവായി വിശിഷ്ട വ്യക്തികൾ സന്ദർശകരായി വരും. കലാകാരന്മാരും എഴുത്തുകാരും വരുമ്പോൾ അവരെ സ്വീകരിക്കേണ്ടത് എന്റെ ചുമതലയാണ്. സന്ദർശകരുടെ പെരുമ അനുസരിച്ചാണ് വിമാനത്താവളത്തിൽ അവർക്കുള്ള സ്വീകരണം. സന്ദർശകർ അത്ര പ്രധാനപ്പെട്ടവരല്ലെങ്കിൽ എംബസി കാറുമായി ഡ്രൈവർ പോകും. പ്രധാനപ്പെട്ടവരാണെങ്കിൽ, ഞാൻ പോകേണ്ടിവരും. നോബേൽ പ്രൈസ് കിട്ടിയ എഴുത്തുകാരനാണെങ്കിൽ അംബാസഡർ സ്വയം വിമാനത്താവളത്തിൽ ചെന്ന് സ്വീകരിക്കും. ഫ്രഞ്ച് ബുക്കർ എന്ന റിയപ്പെടുന്ന പ്രീഗോംകൂർ (Priix Goncourt) ലഭിച്ച എഴുത്തുകാരനോ ആ നിലവാരമുള്ള ചിത്രകാരനോ ആണ് അതിഥിയെങ്കിൽ ഞങ്ങളുടെ വകുപ്പ് തലവനായ കൾച്ചർ കൗൺസിലറോ ഞാനോ ആയിരിക്കും വിമാ നത്താവളത്തിലേക്ക് പോകുക. ചിലപ്പോൾ ഞങ്ങൾ ഒന്നിച്ചുപോകും. പാരീസിൽനിന്നുള്ള എയർഫ്രാൻസ് വിമാനങ്ങൾ ഡൽഹിയിലെത്തുന്നത്

എല്ലായ്പ്പോഴും പാതിരാവ് കഴിഞ്ഞ നേരത്താണ്. അതുകൊണ്ട് ഒരു സന്ദർശകൻ ഉണ്ടെങ്കിൽ, അന്ന് എന്റെ ഉറക്കം അലസിപ്പോകും. നിദ്രാ വിഹീനമായ ദിനമായിരിക്കും അത്.

എയർപോർട്ടിൽ പോകുമ്പോൾ ഉപയോഗിക്കാനായി ഞങ്ങൾക്ക് ഒരു ഡിപ്ലോമാറ്റിക് പാസുണ്ട്. അത് കൈയിലുണ്ടെങ്കിൽ വിമാനത്താവ ളത്തിനുള്ളിൽ എവിടെയും സെക്യൂരിറ്റി ഏരിയയിൽ പോലും പ്രവേശ നമുണ്ടാകും. ആ ഡിപ്ലോമാറ്റിക് കാർഡ് കോട്ടിന്മേൽ കുത്തി വെളിച്ചം നിറഞ്ഞ വിമാനത്താവളത്തിൽ കാൽവെക്കുമ്പോൾ അത് എന്റെ വീടാ ണെന്ന് ഞാൻ സ്വയം പറയും. സ്വന്തമായി ഒരു വിമാനത്താവളമുള്ള ആൾ, ഞാൻ.

അന്നുവന്ന സന്ദർശകൻ വളരെ പ്രശസ്തനായ പെയിന്ററും വീഡിയോ ആർട്ടിസ്റ്റുമായ സാർക്കിസ് ആയിരുന്നു.

വിശേഷാൽ പ്രതിക്ക് ഒരു കഥ എഴുതേണ്ടതുണ്ട്. പത്രാധിപർ കഥ യ്ക്കുള്ള ഇടം ഒഴിച്ചിട്ട് കാത്തിരിക്കുകയാണ്. പക്ഷേ, ഞാനെങ്ങനെ കഥയെഴുതും? എന്റെ തലയിൽ ഉറക്കച്ചെടവ് ശൂന്യതയുമാണ്. ഒരു മണി ക്കൂർ ലഞ്ച് സമയമുണ്ട്. അപ്പോൾ എഴുതിത്തുടങ്ങാമെന്ന് മോഹിച്ചു. ഓഫീസിൽനിന്ന് അകലെയല്ലാതെ, ലോഡി ഗാർഡൻസിന്റെ ഒരു വശത്ത് ചെറിയൊരു വഴിയുണ്ട്. അത് സദാ ആളൊഴിഞ്ഞിരിക്കും. അവിടെ കാർ നിർത്തി, അതിലിരുന്ന് എഴുതണം. ഞാൻ സ്വയം പറഞ്ഞു. അങ്ങനെ പലപ്പോഴും എഴുതിയിട്ടുണ്ട്. ചിലപ്പോൾ ഏതെങ്കിലും പൊലീസുകാരൻ വന്നന്വേഷിക്കും ഒഴിഞ്ഞുകിടക്കുന്ന ഈ വഴിയിൽ കാറിലിരുന്ന് ഞാനെ ന്താണ് ചെയ്യുന്നതെന്ന് ചോദിക്കും. കഥയെഴുതുകയാണെന്ന് പറഞ്ഞാൽ അയാൾ ആദ്യം സംശയത്തോടെ ഒന്ന് നോക്കും. പിന്നീട് ചിരിച്ചുകൊണ്ട് 'ടീക്ക് ഹെ' എന്ന് പറഞ്ഞ് സ്ഥലം വിടും. ഞാൻ എഴുത്ത് തുടരും. സിസേറിയനിലൂടെ കഥ പുറത്തെടുക്കാൻ ഞാൻ ശ്രമിക്കാറില്ല. കഥ സ്വാഭാവികമായി അതിന്റെ വഴുവഴുപ്പിലൂടെ പുറത്തേക്ക് വരണം. അല്ലെ ങ്കിൽ എഴുത്ത് ദൈവത്തിന് അതിഷ്ടമാകില്ലെന്ന് എനിക്കറിയാം.

രാവിലെ പത്രങ്ങൾ വായിക്കാൻ സമയം കിട്ടാറില്ല. ഒന്നോടിച്ചുനോ ക്കുക മാത്രം ചെയ്യും. ധൃതിയിൽ കുളിക്കും. അതിലേറെ ധൃതിയിൽ ചായ കുടിക്കും. നേരത്തെ ഇറങ്ങണം. അല്ലെങ്കിൽ ട്രാഫിക് കുരുക്കിൽ കുടുങ്ങും. കഴുത്തിന് മുകളിൽവരെ എത്തുന്ന പുള്ളോവർ. അതിന് മുക ളിൽ കമ്പിളിക്കോട്ട്. എന്നിട്ടും ശൈത്യം ദേഹത്തിലേക്കിറങ്ങി കിടക്കും. യമുനാനദിയുടെ അപ്പുറത്താണ് അഞ്ചുവർഷം ഞാൻ താമസിച്ചത്. പ്രഭാ തത്തിലെ മഞ്ഞിൽ പുഴയും പാലവും ഒരു ഇമ്പ്രഷനിസ്റ്റ് പെയിന്റിങ്ങു പോലെ കാണപ്പെടും. യമുനയുടെ മുകളിലെ പാലത്തിലൂടെയുള്ള കാറോടിക്കൽ ഞാൻ ആസ്വദിക്കും. പാലത്തിനടിയിലൂടെ പുഴയും അതിന് മുകളിലൂടെ ഞാനും എന്റെ സ്വപ്നങ്ങളും ഒഴുകും.

നേരത്തെ ഓഫീസിൽ എത്തുന്നു. അത്യാവശ്യമുള്ള കടലാസുകൾ നോക്കാൻ തുടങ്ങുമ്പോൾ വാതിലിൽ ഒരു മുട്ട്. മേലുദ്യോഗസ്ഥൻ

കൗൺസിലർ മുറിയിലേക്ക് കടന്നുവരുന്നു. മഹാറാണി ബാഗിൽ ഭാര്യ
യോടും മൂന്ന് മക്കളോടുമൊപ്പം താമസിക്കുന്നു. എന്നും ആദ്യം ഓഫീ
സിൽ എത്തുന്നത് അയാളായിരിക്കും.

"വാ," കൗൺസിലർ പറഞ്ഞു. "ഒരു കോഫി കുടിച്ചു വരാം."

എത്ര കപ്പ് കോഫി വേണം? ഓഫീസിൽ സൗജന്യമായി കിട്ടും.
എന്നിട്ടും അയാൾ ഓഫീസിന് പിറകിലുള്ള താജ് ഹോട്ടലിലേക്ക് കോഫി
കുടിക്കാൻ പോകും. ഞങ്ങൾ നടന്നാണ് പോയത്. എന്നെപ്പോലെ തന്നെ
കൗൺസിലറും നടക്കാൻ ഇഷ്ടപ്പെടുന്നു. അയാളുടെ ഉള്ളിൽ ഒരു മല
യാളിയുണ്ടെന്ന് ഞാൻ വിചാരിക്കാറുണ്ട്. നോക്കൂ, അയാൾ പറഞ്ഞത്.
"മനുഷ്യൻ ചെയ്യുന്ന ഏറ്റവും സർഗ്ഗാത്മകമായ പ്രവർത്തിയാണ്
നടത്തം."

ഇത് മലയാളിയുടെ ഭാഷയല്ലേ? സംവിധായകൻ അരവിന്ദന്റെ ചല
ച്ചിത്ര ഭാഷയല്ലേ? കോഫി ഷോപ്പിൽ അന്നേരം വിദേശികൾ മാത്രമേ
ഉണ്ടായിരുന്നുള്ളൂ. തദ്ദേശിയായി ഞാൻ മാത്രം.

ഫ്രഞ്ചുകാർ കടുപ്പം കൂടിയ ബ്ലാക്ക്കോഫി ഇഷ്ടപ്പെടുന്നു. അവ
രുടെ കൂടെ കൂടി ഞാനും അതു ശീലിച്ചു. ഫ്രഞ്ചുകാരുടെ പല ശീല
ങ്ങളും എന്നിലേക്ക് പകർന്നിട്ടുണ്ട്, ഒന്നൊഴികെ. അവരെപ്പോലെ
എനിക്ക് പെൺസൗഹൃദങ്ങളില്ല. പാരീസിൽ അവർ ഓഫീസിലേക്ക്
പോകാനായി ബാഗുമെടുത്ത് ഭാര്യയെ ചുംബിച്ച് യാത്ര പറഞ്ഞ് ഗോവ
ണിപ്പടി ഇറങ്ങുമ്പോൾ, താഴെ പ്രണയിനി കാത്തുനില്ക്കുന്നുണ്ടാകും.
ഭാഗ്യവശാൽ ആ ശീലം മാത്രം എനിക്കില്ല. "ഡിന്നറിന് ആരെയൊക്കെ
വിളിച്ചു?" കോഫി മൊത്തിക്കുടിച്ച് കൗൺസിലർ തിരക്കി. അരുന്ധതി
റോയിയെ വിളിച്ചോ?"

"ഇല്ല."

അരുന്ധതി റോയിയെ ഒരു എംബസിയിൽ ഒരു ഡിന്നറിന് കൊണ്ടു
വരാൻ അംബാസഡർപോലും വളരെ ആഗ്രഹിക്കുന്നു. ഞങ്ങൾ ഒരു
പാട് ശ്രമിച്ചു. പക്ഷേ, ഞങ്ങളുടെ ശ്രമം ലക്ഷ്യം കണ്ടില്ല. എന്നേക്കാൾ
അരുന്ധതിയോട് അടുപ്പം സക്കറിയയ്ക്കാണ്. ഒരിക്കൽ ഞാൻ സക്കറി
യയോട് അംബാസഡറുടെ ആഗ്രഹം പങ്കിട്ടു.

"പോടാ," സക്കറിയ പറഞ്ഞു. "അവൾ വരില്ല."

എങ്കിലും ഒരു ദിവസം അരുന്ധതി റോയി ഞങ്ങളുടെ എംബസി
യിൽവരും. അത് മറ്റൊരു കഥ.

മുക്കാൽ മണിക്കൂർ കോഫി ഹൗസിൽ ചെലവഴിച്ചു. ഒരുപാട്
ജോലി ചെയ്യാനുണ്ട്. വില പിടിച്ച കുറെ സമയം അങ്ങനെ പോയി. കൂട്ട
ത്തിൽ പറയട്ടെ, പഞ്ചനക്ഷത്ര ഹോട്ടലിലെ കോഫിയേക്കാൾ ഞാൻ
ഇഷ്ടപ്പെടുന്നത് രാം കിഷന്റെ വക്കുപൊട്ടിയ ഗ്ലാസിലെ ആവി പറക്കുന്ന
മധുരച്ചായയാണ്. കേരളാ ഹൗസിന്റെ പിറകിലെ ലെയിനിൽ മരച്ചുവ
ട്ടിൽ ഇരുന്ന് ചായ വില്ക്കുന്ന ആളാണ് രാം കിഷൻ. പതിനൊന്നു
മണിക്ക് കൗൺസിലർ വിളിച്ചു കൂട്ടിയ മീറ്റിങ്ങുണ്ട്. അതിലിരിക്കുമ്പോൾ

അരുന്ധതി റോയി   സക്കറിയ

ഇടയ്ക്കിടെ എഴുതാൻ പോകുന്ന കഥയിലെ വാചകങ്ങൾ മനസ്സിൽ തെളിഞ്ഞുവന്നു. കഥാപാത്രങ്ങൾ എന്നോട് സംസാരിച്ചു. ഞാൻ ലഞ്ച് സമയം വരുന്നത് കാത്തുനിന്നു. ഉച്ചഭക്ഷണം കഴിച്ചില്ലെങ്കിലും വേണ്ടില്ല. ഒരു മണിക്കൂർ തന്നെ കാറുമായി പുറത്തിറങ്ങണം. അതിലിരുന്ന് വിശേ ഷാൽ പ്രതിക്കുള്ള കഥ തുടങ്ങിവെക്കണം.

ഒരു കഥയെഴുതുമ്പോൾ തുടക്കമാണ് പ്രയാസം. തുടക്കം നന്നാ യാൽ പിന്നീട് കഥയെന്നെ എങ്ങോട്ടൊക്കെയോ വലിച്ചുകൊണ്ടുപോകും. ലോധി രാജാക്കന്മാരുടെ ശവകുടീരങ്ങളിൽ ഇരുന്നും നെഹ്റു പാർക്കിലെ ഞാവൽ മരങ്ങളുടെ നിഴലിൽ ഇരുന്നുമൊക്കെ എഴുതിയി ട്ടുണ്ട്. എഴുതുവാനുള്ള മൂഡ് വന്നാൽ സ്ഥലകാലങ്ങൾ ഒരു തടസ്സമാ കാറില്ല.

പന്ത്രണ്ടേകാലിന് അംബാസഡറുടെ സെക്രട്ടറിമാരിൽ ഒരാൾ വിളി ക്കുന്നു. "ഹിസ് എക്സലൻസിക്ക് സംസാരിക്കണം."

ഞാൻ ഉടനെ അപകടം മണത്തറിഞ്ഞു.

"ലഞ്ച് ടൈമിനു ഇങ്ങോട്ട് വരൂ." അംബാസഡർ പറഞ്ഞു. "എനിക്ക് നിന്റെ ആവശ്യമുണ്ട്."

അംബാസഡറുടെ ഓഫീസും വസതിയും ചാണക്യപുരിയിലാണ്. എന്റെ ഓഫീസ് ഔറംഗ്സീബ് റോഡിലും. ഒ വി വിജയനും ചാണക്യ പുരിയിലാണ് ദീർഘകാലം താമസിച്ചത്. ഫ്രഞ്ച് അംബാസഡർ ഡിന്ന റിനു വിളിച്ചാൽ ബോളിവുഡിലെ സൂപ്പർതാരങ്ങൾപോലും വിമാനം പിടിച്ച് മുംബൈയിൽ നിന്നെത്തും. പക്ഷേ, അയല്ക്കാരനായ വിജയൻ വരില്ല. തിരുവോണത്തിന് രാഷ്ട്രപതി നല്കുന്ന പ്രഭാത ഭക്ഷണ ത്തിൽനിന്നുപോലും വിട്ടുനില്ക്കുന്ന ആളായിരുന്നു വിജയൻ.

"നമുക്കൊന്നിച്ച് ലഞ്ച് കഴിക്കാം."

അംബാസഡർ പറഞ്ഞു.

തീർന്നു എന്റെ കഥയെഴുത്ത്.

അംബാസഡർ വസതിയിലേക്ക് വിളിച്ചാൽ, എനിക്കറിയാം എന്തോ ജോലി എന്നെ കാത്തിരിപ്പുണ്ടെന്ന്. പലപ്പോഴും അത്, പ്രസംഗം എഴുതി കൊടുക്കാനായിരിക്കും. അവധിദിവസങ്ങളിൽപ്പോലും വീട്ടിലിരുന്ന് ഞാൻ പ്രഭാഷണത്തിന്റെ ഡ്രാഫ്റ്റ് തയ്യാറാക്കിയിട്ടുണ്ട്. രണ്ടു വിധ ത്തിൽ ചെയ്യാം. ഒന്നുകിൽ പൂർണ്ണമായി എഴുതി അംബാസഡറുമായി സംസാരിച്ച് അദ്ദേഹത്തിന്റെ സാന്നിദ്ധ്യത്തിൽ അതിനു അന്തിമരൂപം നല്കാം. അല്ലെങ്കിൽ പ്രഭാഷണത്തിനാവശ്യമായ ഇൻപുട്ടുകൾ കുറിച്ചു കൊടുക്കാം. എങ്ങനെയായാലും എനിക്ക് അംബാസഡറുടെ വസതിയിൽ ചെല്ലേണ്ടതുണ്ട്. അങ്ങനെ ഞായറാഴ്ചപോലും അവിടെ ചെന്നിട്ടുണ്ട്. വ്യത്യസ്തമായ വിഷയങ്ങളിലായിരിക്കും പ്രഭാഷണങ്ങൾ. ഇന്നത്തെ പ്പോലെ ഇൻർനെറ്റ് സൗകര്യങ്ങളില്ലാത്ത ആ നാളുകളിൽ ആവശ്യമായ വിവരങ്ങൾ ശേഖരിക്കുവാൻവേണ്ടി ഞാൻ ഡൽഹിയിലാകെ നെട്ടോട്ടം ഓടിയിരുന്നു. പ്രത്യേക അനുമതി വാങ്ങി ലോക്സഭാ ലൈബ്രറി യിൽപ്പോലും ഞാൻ ചെന്നിട്ടുണ്ട്.

ഇന്നത്തെ വിഷയം എന്തായിരിക്കും? ഒരു മണിക്ക് ചാണക്യപുരി യിലേക്ക് പോകുമ്പോൾ ഞാൻ സ്വയം ചോദിച്ചു. കല? സാഹിത്യം? വാസ്തുശില്പം? ഡിസൈൻ? ഫാഷൻ? സിനിമ? ഏതുമാകാം. ഈ വിഷ യങ്ങളിലൊക്കെയുള്ള എന്റെ ചെറിയ അറിവുകളെ ഞാൻ തലയിൽ ഒതുക്കിവെച്ചു. ആവശ്യാനുസരണം പെട്ടെന്ന് പുറത്തെടുക്കാൻവേണ്ടി. അംബാസഡറുടെ റെസിഡൻസ് ഫ്രാൻസിലെ ഒരു വാസ്തു ശില്പി യാണ് ഡിസൈൻ ചെയ്തത്. വലിയ വാതായനങ്ങളും ഉരുണ്ട തൂണു കളുമുള്ള അതിമനോഹരമായ വസതിയുടെ നിഴൽ ഇളംവെയിലിൽ മുങ്ങിയ വിശാലമായ ലോണിലെ പുൽത്തകിടിയിൽ പതിഞ്ഞിരുന്നു. അവിടെ അംബാസഡർ ഒരു ചൂരൽ കസാരയിൽ കൈയിൽ *ലിമോന്ത്* പത്രവുമായി ഇരിക്കുന്നുണ്ടായിരുന്നു. എംബസിയിൽ പതിവായി വരു ന്നതാണ് ഫ്രാൻസിലെ ഏറ്റവും പ്രധാന പത്രമായ *Le Monde*. പ്രധാന പ്പെട്ട സകല ഫ്രെഞ്ച് പത്രമാസികകളും ഞങ്ങൾക്ക് ലഭിക്കുമായിരുന്നു. സാർത്ര് എഡിറ്റ് ചെയ്ത *ലേ താം മോദേർന്* (Les Temps Moderns) മാസിക ഉൾപ്പെടെ.

"നിന്നെ ഞാൻ ലഞ്ച് ടൈമിൽ ബുദ്ധിമുട്ടിച്ചു."

കസാരകളുടെ മുമ്പിൽ ഒരു ചൂരൽ മേശയുണ്ട്. അതിന്മേൽ പല വലിപ്പത്തിലുള്ള ഡിസൈനർ പ്ലെയിറ്റുകളും ഗ്ലാസുകളും കണ്ടു. ഒരു റൈറ്റിങ് പാഡും പേനയും അവിടെ ഉണ്ടായിരുന്നു.

"നമുക്ക് ഭക്ഷണം കഴിച്ചുകൊണ്ട് സംസാരിക്കാം."

സമയം ലാഭിക്കാനാണ് അത്.

അടുത്ത ദിവസം രാവിലെ ഡൽഹിയിലെ നാഷണൽ ഇൻസ്റ്റിറ്റ്യൂട്ട് ഓഫ് ഫാഷൻ ടെക്നോളജിയിലെ കോൺവൊക്കേഷൻ ചടങ്ങിൽ അദ്ദേ ഹത്തിനു സംസാരിക്കാനുണ്ട്. ഭാഗ്യവശാൽ, എന്നോട് പ്രസംഗം എഴുതി

ക്കൊടുക്കാൻ പറഞ്ഞില്ല. ഇൻപുട്ട്സ് നല്കിയാൽ മതി. ഫ്രാൻസിൽ ബില്യൻ ഡോളറിന്റെ വ്യവസായമാണ് ഫാഷൻ. ഫാഷൻ ഉല്പന്നങ്ങളുടെ കയറ്റുമതി ഏറെയും അമേരിക്കയിലേക്കാണ്.

"എന്താണ് ഇന്ത്യയിൽ ഫാഷൻ ഇൻഡസ്ട്രിയുടെ അവസ്ഥ?"

എൺപതുകളിൽ ഇന്ദിരാഗാന്ധിയുടെ സാംസ്കാരിക ഉപദേശക യായ പുപുൽ ജയകറാണ് ഫാഷൻലോകത്ത് ഒരു വഴിത്തിരിവുണ്ടാ ക്കിയത്. അതുവരെ ഫാഷൻ, ടെക്സ്റ്റൈൽ ഇൻഡസ്ട്രിയുടെ ഒരു ഭാഗം മാത്രമായിരുന്നു. പഴയകാലത്ത് നാട്ടുരാജാക്കന്മാരുടെ കുടുംബ ങ്ങൾക്കും പില്ക്കാലത്ത് മുംബൈയിലെ സിനിമാതാരങ്ങൾക്കും അംബാ നിയെപ്പോലുള്ള വ്യവസായികളുടെ കുടുംബങ്ങൾക്കും വേണ്ടി നിർമ്മിച്ച വസ്ത്രങ്ങളായിരുന്നു നാടിന്റെ ഫാഷൻ ഉല്പന്നം. സമഗ്രമായ ഒരു വ്യവ സായമായി അത് വളർന്നിരുന്നില്ല. നരസിംഹറാവുവിന്റെ ഉദാരവല്ക്കര ണത്തോടെയാണ് ഒരു വലിയ നിര ഫാഷൻ ഡിസൈനേഴ്സ് ഉണ്ടാകു ന്നത്. അവരുടെ വസ്ത്രനിർമ്മിതികൾക്ക് പതുക്കെ ആഗോളതലത്തിൽ ആവശ്യക്കാരുണ്ടായി. ഇന്ത്യയും ഫാഷൻ വസ്ത്രങ്ങൾ കയറ്റുമതി ചെയ്യാൻ തുടങ്ങി. എനിക്ക് പരിചയമുള്ള ഒരു പ്രശസ്ത ഫാഷൻ ഡിസൈനർ രോഹിത് ബാഹ്ൽ ആണ്. ആദ്യമായി കണ്ടപ്പോൾത്തന്നെ വളരെ കാലമായി പരിചയമുള്ളതുപോലെയാണ് ആ യുവാവ് എന്നോട് സംസാരിച്ചത്. രോഹിത് ബാഹ്ലിന്റെ സ്ത്രീകൾക്കുവേണ്ടിയുള്ള ധവള നിറത്തിലുള്ള കാൽമടമ്പുകൾ കഴിഞ്ഞ് നിലത്തൊഴുകുന്ന നിശാപാർട്ടി വേഷങ്ങൾ പാരീസിൽ ഹിറ്റായിരുന്നു. ഇന്ത്യക്ക് കൈത്തറിത്തുണിക ളുടെയും സിൽക്കിന്റെയും സമ്പന്നമായ പാരമ്പര്യമുണ്ട്. ഫ്രാൻസിന് ഫാഷൻ എക്സ്പേർട്ടിസ് ഉണ്ട്. അതുകൊണ്ട് ഫാഷൻ ഇൻഡസ്ട്രി യിൽ ഫ്രാൻസിനും ഇന്ത്യക്കും സഹകരിച്ചു പ്രവർത്തിക്കാൻ കഴിയും. പാരീസിലെ ഫാഷൻ ഇൻസ്റ്റിറ്റ്യൂട്ടും ഡൽഹിയിലെ നിഫ്റ്റും പാർട്ണ റുകളാകാം. അന്ന് ഞാൻ അങ്ങനെയൊക്കെ പറഞ്ഞുവെന്നാണ് ഓർമ്മ. ഞാൻ പറയുന്നതൊക്കെ അംബാസഡർ കുറിച്ചുവെക്കുന്നുണ്ടായിരുന്നു.

രണ്ടര മണിക്ക് ഓഫീസിൽ തിരിച്ചെത്തി. അപ്പോൾ കൗൺസല റുടെ മുറിയിൽ സാർക്കിസ് ഇരിക്കുന്നതു കണ്ടു. രണ്ടുപേരും ബ്ലാക്ക് കോഫി കുടിച്ചുകൊണ്ട് സംസാരിക്കുകയാണ്.

"നീ എവിടെപ്പോയിരുന്നു.?" കൗൺസിലർ ചോദിച്ചു. "ഞാനും സാർക്കിസും ലഞ്ചിനുപോയി. നിന്നെ നോക്കിയിട്ട് കണ്ടില്ല."

ഞാൻ അംബാസഡറുടെ വസതിയിൽ പോയിരുന്നില്ലെങ്കിൽ അവ രുടെ കൂടെ ലഞ്ചിന് പോകേണ്ടിവരുമായിരുന്നു. എങ്ങനെയായാലും ഇന്നിനി എന്റെ കഥയെഴുത്ത് നടക്കില്ല. എന്റെ ഉള്ളിൽ ആരോ തേങ്ങു ന്നതായി തോന്നി.

"മുകുന്ദൻ കാണാൻ ചെറുതാണെങ്കിലും വലിയ എഴുത്തുകാര നാണ്." കൗൺസലർ പറഞ്ഞു. "കേരളത്തിൽ പ്രശസ്തനാണ്."

"എനിക്കറിയാം."

"എങ്ങനെ?"

"ദീപക് ആനന്ദ് പറഞ്ഞു." ഫ്രാൻസിലെ നാന്ത് സർവ്വകലാശാല യിൽ പഠിപ്പിക്കുന്ന മലയാളിയായ ദീപക് ആനന്ദ് പ്രശസ്തനായ വിമർശ കനാണ്. അയാൾ സാർക്കിസിന്റെ കലയെക്കുറിച്ച് എഴുതിയിട്ടുണ്ട്. ദീപക് ആനന്ദ് ഡൽഹിയിൽ വന്നപ്പോൾ ഞങ്ങൾ ഒന്നിച്ച് ഇന്ത്യ ഇന്റർനാഷണൽ സെന്ററിൽപോയി ബിയർ കുടിച്ച് സംസാരിച്ചിരുന്നി ട്ടുണ്ട്. കേരളത്തിൽ പെയിന്റിങ്ങിനേക്കാൾ നന്നായി വരുന്നത് ശില്പക ലയാണെന്ന് ദീപക് ആനന്ദ് പറഞ്ഞതായി ഞാൻ ഓർക്കുന്നു. വത്സൻ കൊല്ലേരിയുടെ ശില്പങ്ങൾ ഫ്രാൻസിൽ ഇടം കണ്ടെത്തിയിരുന്നു. വത്സൻ വിദേശത്ത് നന്നായി വില്ക്കുന്ന ശില്പിയാണ്.

ഞാൻ എന്റെ മുറിയിൽ വന്നിരുന്ന് പണി തുടർന്നു. അഞ്ചുമണിക്ക് നാഷണൽ ഗാലറി ഓഫ് മോഡേൺ ആർട്ടിൽ (NGMA) മീറ്റിങ്ങിന് പോകണം. അവിടെയാണ് സാർക്കിസിന്റെ കലാപ്രദർശനം. ഓഫീസ് കാര്യത്തിനും അല്ലാതെയും ഞാൻ പതിവായി പോകുന്ന ഒരു സ്ഥലമാ യിരുന്നു അത്. എൻ ജി എം എയുടെ ഡയറക്ടർമാരായ എൽ പി സിഹാ രേയുമായും അനീസ് ഫറൂക്കിയുമായും എനിക്ക് സുഹൃദ്ബന്ധമുണ്ടാ യിരുന്നു. കലാസംബന്ധിയായ വിജ്ഞാനത്തിന്റെ ഒരു മഹാ സംഭരി ണിയായിരുന്നു സിഹാരെ. എം എൻ വിജയമാഷെപ്പോലെ മൈക്കിന്റെ മുൻപിൽനിന്നുകൊണ്ട് സംസാരിക്കുമ്പോഴാണ് അദ്ദേഹത്തിന്റെ ഹൃദയം നിലച്ചത്. പാരീസ് വിശ്വനാഥന്റെ ഒരു തിരിഞ്ഞുനോട്ടപ്രദർശനം ഞങ്ങൾ അവിടെ നടത്തിയിരുന്നു. വിശ്വനാഥനെ ഞാൻ ആദ്യമായി കണ്ടു പരി ചയപ്പെടുന്നത് ചിത്രകാരൻ ജെ സ്വാമിനാഥന്റെ വീട്ടിൽ വെച്ചാണ്. കുറച്ചു കാലം സ്വാമിനാഥനും ഞാനും അയല്ക്കാരായിരുന്നു. പിന്നീട് ഞാനും വിശ്വനാഥനും സുഹൃത്തുക്കളായി. യൂറോപ്പിൽ ഏറ്റവും കൂടുതൽ താര മൂല്യമുള്ള രണ്ട് ഇന്ത്യൻ ചിത്രകാരന്മാരിൽ ഒരാളാണ് വിശ്വനാഥൻ. രണ്ടാമത്തെ ആൾ, സയീദ് ഹൈദർ രസയാണ്.

അഞ്ചുമണിക്ക് ഞങ്ങൾ ഗാലറിയിൽ എത്തി. സാർക്കിസിന്റെ കലാ സൃഷ്ടികൾ പ്രദർശിപ്പിക്കേണ്ട ചുമരുകൾ മുഴുവൻ പുതുതായി പെയിന്റ് ചെയ്യണമെന്ന് അയാൾ ശഠിച്ചു. പല ലൈറ്റുകളും മാറ്റണമെന്നും ആവ ശ്യപ്പെട്ടു. ഫ്രാൻസിലെ കലാകാരന്മാർ അങ്ങനെയാണ്. കലയുടെ കാര്യ ത്തിൽ ഒരു വിട്ടുവീഴ്ചയ്ക്കും അവർ തയ്യാറാകില്ല.

ഏഴുമണിക്ക് ഞങ്ങൾ പുറത്തിറങ്ങി.

"ഡിന്നറിന് ഇനിയും സമയമുണ്ടല്ലോ. നമുക്ക് ഒരു കോഫി കഴിക്കാം."

കൗൺസിലർ പറഞ്ഞു. ഞങ്ങൾ വീണ്ടും താജ് ഹോട്ടലിലെ കോഫി ഷോപ്പിൽ. ഇപ്പോൾ അവിടെ തിരക്കുണ്ട്. ഹീറോ ഹോണ്ട കമ്പനി മേധാവി ബ്രിജ് മോഹൻലാൽ മുഞ്ചൽ അവിടെ ഇരിക്കുന്നത് കണ്ടു. അയാൾ ഡൽഹിയിൽ പാരീസ് മോഹൻകുമാറിന്റെ എക്സി ബിഷൻ കാണാൻ വന്നിരുന്നു. ഏതാനും ജലച്ചായ ചിത്രങ്ങൾ വാങ്ങു

കയുണ്ടായി എന്നാണ് എന്റെ ഓർമ്മ. അപ്പോഴാണ് ഞാൻ മുഞ്ചലുമായി പരിചയപ്പെട്ടത്.

സാർക്കിസ് കുപ്പായം മാറുവാനായി ഹോട്ടലിലേക്കു പോയി. ഓഫീ സിന് മുൻപിലുള്ള ലോണിലാണ് ഡിന്നർ. തണുപ്പ് കടന്നുവരാത്തവിധം ഷാമിയാന കെട്ടിയുയർത്തിയിരുന്നു. അതിന് പുറമെ കല്ക്കരിയിട്ട് കത്തി ക്കുന്ന ആറ് ഹീറ്ററുകൾ വെച്ചിരുന്നു. അവയിൽനിന്നു ചൂട് വമിക്കാൻ തുടങ്ങി. ലോണും പരിസരവും അലങ്കാര വെളിച്ചത്തിൽ മുങ്ങിയിരുന്നു. കൗൺസിലറുടെ സെക്രട്ടറി പെൺകുട്ടി ഒരുക്കങ്ങൾക്ക് മേൽനോട്ടം വഹിച്ചുകൊണ്ട് അവിടെയുണ്ട്. കൗൺസിലർ ടൈ കെട്ടാനായി മുറിയി ലേക്ക് കയറിപ്പോയി. ഔദ്യോഗിക ഡിന്നറാണെങ്കിൽ എല്ലാവരും ടൈ കെട്ടണം. കലാകാരന്മാർക്കുള്ള അത്താഴമാണെങ്കിൽ നിർബ്ബന്ധമില്ല. ബി സി സന്യാലിനോടും കെ ജി സുബ്രഹ്മണ്യനോടും ബിർജു മഹാരാജി നോടും അംജാദ് അലിഖാനോടും ടൈ കെട്ടിവരണം എന്നു പറയാൻ ആർക്കുണ്ട് ധൈര്യം?

ആദ്യം എത്തിയത് *ഇന്ത്യൻ എക്സ്പ്രസിലെ* കലാവിമർശക രഞ്ജിനി രാജഗോപാലനാണ്. അവർക്ക് പിറകെ മറ്റുള്ളവരും ഓരോരു ത്തരായി വന്നു. അപ്പിറ്റൈസറായി മാർട്ടിനിയും കാംപാരിയും സ്കോ ച്ചുമുണ്ട്. വൃത്താകൃതിയിലുള്ള മേശയുടെ ചുറ്റുമിരുന്ന് അതിഥികൾ സംസാരിച്ചു. സാർക്കിസിന് ഇംഗ്ലീഷിൽ ഒരു സംവാദം ചെയ്യുവാനുള്ള ശേഷിയില്ലായിരുന്നു. മനീഷാഗേര എന്ന യുവചിത്രകാരി അയാൾക്കു വേണ്ടി മൊഴിമാറ്റം ചെയ്തു. ആകർഷകമായ കണ്ണുകളുള്ള ഭരതനാട്യം നർത്തകി രമ വൈദ്യനാഥൻ വെള്ളക്കാരുടെ ശ്രദ്ധാകേന്ദ്രമായിരുന്നു. മഞ്ജിത്ത് ബാവയും ഷംസാദ് ഹുസൈനും ഏതോ കാര്യത്തിൽ ഒച്ച വെച്ച് തർക്കിക്കുന്നത് കണ്ടു. എം എഫ് ഹുസൈന്റെ മകനാണ് ചിത്ര കാരനായ ഷംസാദ്.

"സാർക്കിസ്, താങ്കളുടെ പ്രശസ്തമായ ഒരു ശില്പമുണ്ടല്ലോ, ചെവി യിൽ വാക്ക്മാന്റെ ഇയർ പ്ലഗുകൾ തിരുകി പാട്ടുകേൾക്കുന്ന താങ്കളുടെ തന്നെ പ്രതിമ. ആ വാക്ക്മാനിൽനിന്നു യഥാർത്ഥത്തിൽ പാട്ട് വരുന്നു ണ്ടായിരുന്നു. കാണികൾക്ക് അത് കേൾക്കാമായിരുന്നു. എന്തുകൊണ്ട് അങ്ങനെ?"

ടൈംസ് ഓഫ് ഇന്ത്യയുടെ ആർട്ട് ക്രിറ്റിക് ദീപാലി സെൻ ഗുപ്ത ചോദിച്ചു. സാർക്കിസ് ഒന്ന് ചിരിക്കുക മാത്രം ചെയ്തു. വലിയ കറുത്ത കുടുക്കുകളുള്ള ഒരു കറുത്ത ജാക്കറ്റാണ് അയാൾ ധരിച്ചിരിക്കുന്നത്. സ്വന്തം കലാസൃഷ്ടികളെ നിർവ്വചിക്കുന്നതിൽ അയാൾ വിമുഖനായി രുന്നു.

"ദീപാലി, ആ വർക്കിനെക്കുറിച്ച് ആർട്ട്പ്രസ് മാഗസിനിൽ ഞാൻ വായിച്ചിട്ടുണ്ട്. സാങ്കേതിക വിദ്യ വളരുന്ന കാലത്ത് ശില്പകലയെയും വർണ്ണകലയെയും ലിബറേറ്റ് ചെയ്യേണ്ടതുണ്ട്. സാർക്കിസ് അങ്ങനെ കരു തുന്നു."

എക്സിബിഷൻ ക്യൂറേറ്ററും കലാസൈദ്ധാന്തികയുമായ വസുന്ധര സിൻഹ പറഞ്ഞു. അവരുടെ ഒരു പുസ്തകം ആദിമൂലത്തെക്കുറിച്ചാണ്. കൃഷ്ണൻ ഖന്നയെക്കുറിച്ചും അവർ പുസ്തകം രചിച്ചിട്ടുണ്ട്.

ചിത്രകാരൻ ജതിൻദാസും അംജാദ് അലിഖാനും വി കെ മാധ വൻകുട്ടിയും ഒരു മേശയ്ക്ക് ചുറ്റുമാണ് ഇരിക്കുന്നത്. അല്പനേരം കഴി ഞ്ഞപ്പോൾ ഹിന്ദുസ്ഥാൻ ടൈംസിന്റെ മ്യൂസിക് ക്രിറ്റിക് രാഘവ ആർ മേനോനും പത്നിയും അവരോടൊപ്പം ചേർന്നു. രാഗങ്ങളെക്കുറിച്ചും കുമാർ ഗന്ധർവ്വയെക്കുറിച്ചും രാഘവ ആർ മേനോൻ പുസ്തകങ്ങൾ എഴുതിയിട്ടുണ്ട്. മാധവൻകുട്ടി ഇടയ്ക്കിടെ മേനോനോട് മലയാളത്തിൽ സംസാരിക്കുന്നത് കേട്ടു. ആ മേശയിൽനിന്നു വരുന്ന മലയാളത്തിന്റെ മണം അറിഞ്ഞ് ഞാനും കുറച്ചുനേരം അവിടെ ചെന്നിരുന്നു.

അപ്പിറ്റൈസർ കഴിഞ്ഞ് അത്താഴത്തിലേക്ക് കടക്കുമ്പോൾ മണി പത്ത്. പരിചാരകന്മാർ വിസ്കിയുടെയും കാമ്പാരിയുടെയും ഗ്ലാസുകൾ മാറ്റി പകരം വൈൻ ഗ്ലാസുകൾ നിരത്തി വെച്ചു..

"നിനക്കെന്തു പണിയാ എംബസിയിൽ? കള്ള് കുടിക്കലും വെള്ള ക്കാരികളോട് സൊള്ളലുമല്ലേ നിനക്കവിടെ പണി ചെക്കാ?"

ഒരിക്കൽ പുനത്തിൽ കുഞ്ഞബ്ദുള്ള എന്നോട് ചോദിച്ചു.

പാർട്ടികൾ മദ്യപിക്കുവാനും സല്ലപിക്കുവാനുമുള്ളതാണെന്നാണ് പൊതുധാരണ. എംബസി പാർട്ടി ആശയവിനിമയങ്ങൾക്കും വലിയ സംവാദങ്ങൾക്കുമുള്ള ഇടങ്ങളാണ്. ഒരു കോക്ടെയിൽ പാർട്ടിയിൽ ഫ്രാൻസിൽ നിന്നുവന്ന ഒരു വലതുപക്ഷ ബുദ്ധിജീവിയും ആഷിശ്ന ന്ദിയും തമ്മിൽ ഏറ്റുമുട്ടുന്നത് ഞാൻ കണ്ടിരുന്നു. പ്രശസ്ത ഫ്രഞ്ച് സ്ക്രിപ്റ്റ് റൈറ്റർ ഴാൻ ക്ലോദ് കരിയേറിനോട് നിങ്ങളാരാണ് ഞങ്ങളുടെ പുരാണങ്ങളെക്കുറിച്ച് എഴുതുവാൻ എന്ന് ഒരാൾ ഹിന്ദിയിൽ ചോദിക്കു ന്നത് ഞാൻ കേട്ടിരുന്നു. ഹിന്ദി അറിയാത്ത ഴാൻ ക്ലോദ് കരിയേറിന് ആ ചോദ്യം മനസ്സിലായിരുന്നില്ല. ഡൽഹിയിൽ സാംസ്കാരിക ഫാസിസ്റ്റു കൾ എല്ലാ കാലത്തും ഉണ്ടായിരുന്നു. ഇപ്പോഴും ഉണ്ട്.

എഴുതുവാനിരിക്കുന്ന കഥ തലയിൽ സമ്മർദ്ദം ചെലുത്തി തുടങ്ങി യിരിക്കുന്നു. ആരുമറിയാതെ പതുക്കെ സ്ഥലം വിട്ടാലോ? മരത്തിനു ചുവട്ടിൽ പാർക്കുചെയ്ത കാറിൽ കയറി കാറിന്റെ വെളിച്ചത്തിൽ ഇരുന്ന് എഴുതിയാലോ? ഒരു ഘട്ടത്തിൽ ഞാൻ അങ്ങനെ ആലോചിച്ചു പോയി. അത്താഴം കഴിഞ്ഞ് പ്ലെയിറ്റുകൾക്കു മുകളിൽ കത്തിയുടെയും ഫോർക്കിന്റെയും ശബ്ദം നിലച്ചപ്പോൾ, കൊഞ്ഞ്യാക് വന്നു. സിഗാർ വേണ്ടവർക്ക് സിഗാർ.

അവസാനം മുറിയിൽച്ചെന്ന് അന്നു വന്ന കത്തുകളും ആഴ്ചപ്പതി പ്പുകളുമെല്ലാം ബാഗിൽ കുത്തിനിറച്ച് പുറത്തിറങ്ങുമ്പോൾ മണി പന്ത്ര ണ്ടര. ഔറംഗ്സീബ് റോഡ് വിജനമായിരുന്നു. ഖാൻ മാർക്കറ്റിലേക്കുള്ള റോഡിൽ, പഴയ പാർസി ശ്മശാനത്തിനരികിൽ ഒരു പൊലീസ് ജീപ്പ് നിന്നിരുന്നു. ഇന്ത്യാ ഗെയിറ്റ് വലം വെച്ച് പുരാണാ ഖിലയുടെ ദിശയി

ലേക്ക് ഞാൻ സഞ്ചരിച്ചു. കോട്ടയുടെ തകർന്ന മതിലുകളിൽ നിലാവെ
ളിച്ചം വീണിരുന്നു. ആകാശത്തെയും യമുനയിലെയും പാതിരാശൈത്യ
ത്തിൽ വിറങ്ങലിച്ചു കിടക്കുന്ന രണ്ട് നിലാവുകൾ.

ഏതാണ് യഥാർത്ഥ നിലാവ്? തേയ്പില്ലാത്ത, ഇഷ്ടികച്ചുമരുകളാൽ
ചുറ്റപ്പെട്ട കലാവിഹാർ തണുത്ത ഇരുട്ടിൽ മൂടിക്കിടന്നു. രണ്ടാം നിലയി
ലുള്ള ഒരു ഫ്ലാറ്റിൽ മാത്രം വെളിച്ചമുണ്ട്. അത് എന്റെ പാർപ്പിടമാണ്.

"ചോറ് വേണ്ടേ?"

"വേണം."

പുകഞ്ഞ ബ്രാണ്ടിയുടെ മണമുള്ള തുർക്കികോഴിയിറച്ചിയും
അവോക്കാ പഴത്തിൽനിറച്ച പാൽക്കട്ടിയും ഒലീവും ഉണ്ടായിരുന്നു. വിശ
പ്പുണ്ടാക്കാൻ കാംപാരിയും ദഹനത്തിന് കൊഞ്ഞ്യാക്കും ഉണ്ടായിരുന്നു.
എന്തൊക്കെ ഉണ്ടായാലും നിന്റെ കൈകൊണ്ട് വിളമ്പുന്ന ഇത്തിരി
ചോറും പരിപ്പുകറിയും എനിക്ക് വേണം. ഉറക്കം വരാനായി.....

വൈകി ഉറങ്ങാൻ കിടന്ന എന്നെ കാലത്ത് നാലുമണിക്ക് എഴുത്തു
ദൈവം വിളിച്ചുണർത്തുകയില്ല. ഇനിയെപ്പോഴാണ് ഞാൻ കഥയെഴു
തുക? ഇങ്ങനെ തുടർന്നാൽ എന്റെ എഴുത്ത് എന്നേക്കുമായി നിലച്ചു
പോകില്ലേ?

എന്നിട്ടും ഞാൻ എഴുതി. ഒന്നല്ല, ഒട്ടേറെ കഥകൾ. ഒട്ടേറെ നോവ
ലുകൾ.....

എന്റെ ഭാഷ

എന്റെ ഭാഷ എന്റെ ജീവിതം തന്നെയാണ്. എനിക്ക് ഒരിരുണ്ട ജീവിതദർശനമാണ് അന്നും ഇന്നും ഉള്ളത്. അത് രൂപപ്പെട്ടുവരുന്നതിൽ അകാലചരമം വരിച്ച ഏച്ചിയും ജയരാമൻ മാസ്റ്ററും എന്റെ രോഗാതുര മായ കുട്ടിക്കാലത്തിനുമൊക്കെ പങ്കുണ്ട്. അവരോടൊപ്പം ചേർത്തുവായി ക്കേണ്ടതാണ് മിച്ചിലോട്ട് മാധവന്റെ ദുരന്തകഥ.

ഞാൻ ജനിക്കുമ്പോഴേക്ക് എന്റെ നാട്ടുകാരനായ ഈ വലിയ മനു ഷ്യൻ മരിച്ചുകഴിഞ്ഞിരുന്നു. പതുക്കെ പതുക്കെ കഥകളും നോവലു കളും എഴുതി എഴുത്തുകാരനായി വളരുമ്പോൾ എന്റെ സാഹിത്യാവ ബോധത്തിൽ അദ്ദേഹത്തിന്റെ രൂപം തെളിഞ്ഞുവന്നുകൊണ്ടിരുന്നു. മയ്യ ഴിയിൽ ആദ്യകാല കമ്യൂണിസ്റ്റുകാരനായ മാധവൻ അതിബുദ്ധിമാനായ ഒരു വിദ്യാർത്ഥിയായിരുന്നു. സ്കോളർഷിപ്പോടെ പാരീസിലെ സോർ ബോൺ സർവ്വകലാശാലയിൽ ഉപരിപഠനത്തിനു പോയതായിരുന്നു. അവിടെവെച്ച് പാരീസ് അധിനിവേശ കാലത്ത് നാസി പട്ടാളക്കാർ അദ്ദേ ഹത്തെ വെടിവെച്ച് കൊല്ലുകയാണുണ്ടായത്. മാധവൻ വെടിയേറ്റു മരിച്ച ഇടം ഞാൻ ചെന്നു കണ്ടിരുന്നു. *പ്രവാസം* എന്ന നോവലിൽ ഇതിനെ കുറിച്ചൊക്കെ എഴുതിയിട്ടുണ്ട്.

ഞാൻ മയ്യഴി വിട്ടുപോയത് വല്ലാഞ്ഞൊരു അനുഭവമായിരുന്നു. ജനിച്ചുവളർന്ന നാടും വീടും വിട്ട് ദൂരെയുള്ള മഹാനഗരത്തിലേക്കുള്ള യാത്ര. ആദ്യം ഡൽഹിയുമായി പൊരുത്തപ്പെടുവാൻ ബുദ്ധിമുട്ടുണ്ടാ യിരുന്നു. തിരിച്ചു മയ്യഴിയിലേക്കുതന്നെ പോരാൻ തോന്നി. അമ്മയെ കാണാതിരിക്കാൻ വയ്യായിരുന്നു.

പ്രവാസജീവിതത്തിന്റെ ആദ്യ തീക്ഷ്ണാനുഭവങ്ങളിൽ ഒന്ന് ഏകാ ന്തതയാണ്. ജനിച്ചുവളർന്ന മണ്ണിൽനിന്നു ഒരുദിവസം പെട്ടെന്ന് പിഴു

തെടുത്ത് ദൂരേക്ക് വലിച്ചെറിയപ്പെടുകയാണ്. നാടും വീടും അച്ഛനും അമ്മയും ചങ്ങാതിമാരും എല്ലാം ഒന്നിച്ച് നഷ്ടപ്പെടുകയാണ്. പിച്ചവെച്ചു നടന്ന കോലായയും കളിച്ചുവളർന്ന മുറ്റവും കൂട്ടുകാരോടൊന്നിച്ച് എന്നും നടന്ന ഇടവഴികളും എല്ലാം ഒരുദിവസം ഇല്ലാതെയാകുന്നു. പറയുവാനും കേൾക്കുവാനും ആരും ഇല്ലാതെയാകുന്നു. കേട്ടറിയുക മാത്രം ചെയ്തി ട്ടുള്ള ഒരു വിദൂര നഗരത്തിൽ മുഖമില്ലാത്ത മനുഷ്യരുടെ വലിയ ആൾക്കൂ ട്ടത്തിൽ ആരുമല്ലാത്തവനായി ഏകാകിയായി നടക്കുക. ദൈവമേ, എന്തിന് ഞാൻ ഈ നഗരത്തിൽ വന്നു?

ഒരു നൂറു തവണയെങ്കിലും ഞാനെങ്ങനെ സ്വയം ചോദിച്ചു. സംസാ രിക്കുവാൻ സ്വന്തം ഭാഷ പോലുമില്ലാതെ ഞാനെങ്ങനെ എന്റെ ജീവിത കാലം മുഴുവൻ ഈ നഗരത്തിൽ കഴിച്ചുകൂട്ടും? നാടുവിടുമ്പോൾ നമു ക്കുണ്ടാകുന്ന ഏറ്റവും വലിയ നഷ്ടം ഭാഷയാണ്. നമ്മുടെ സ്വത്വത്തിന്റെ ഭാഗമായ പ്രാദേശികഭാഷ നഷ്ടപ്പെടുന്നു. റോഡിൽ നടക്കുമ്പോഴും ബസുകളിൽ സഞ്ചരിക്കുമ്പോഴും ചുറ്റുമുള്ളവർ സംസാരിക്കുന്നത് എന്റെ ഭാഷയല്ല. അവരുടെ ഭാഷ അർത്ഥങ്ങളും ധ്വനികളും ഇല്ലാത്ത വെറും ഒരു ശബ്ദഘോഷണമായി മാത്രം എനിക്ക് അനുഭവപ്പെട്ടു. കുഞ്ഞുന്നാളിൽ കൊഞ്ചിപ്പറഞ്ഞു പഠിച്ച ഭാഷ – അമ്മയുടെ മടിയിൽ ഇരുന്നുപഠിച്ച ഭാഷ. അത് ഉപയോഗശൂന്യമായി തീരുന്നു. അതാർക്കും മനസ്സിലാകാത്ത ഒരു വെറും കലമ്പൽ മാത്രമായി മാറി. ചിരിക്കുവാനും കരയുവാനും ഉപയോഗിച്ച ഭാഷ. ആ ഭാഷകൊണ്ട് ഇപ്പോൾ ഒരു പയോഗം മാത്രമേയുള്ളൂ. അവനവനോട് സങ്കടം പറയാൻ മാത്രം.

മയ്യഴിപ്പുഴയുടെ തീരങ്ങളിൽ എഴുതിക്കഴിഞ്ഞ സമയത്ത് തോന്നിയ ചെറിയ ഭയം ഭാഷയെക്കുറിച്ചായിരുന്നു. നോവലിലെ ഭാഷ മയ്യഴിക്കാരു ടേതാണ്. എന്റെ ഭയം, ഈ നോവൽ തെക്കൻ കേരളത്തിൽ എങ്ങനെ വായിക്കും. അവർക്കീ ഭാഷ മനസ്സിലാവുമോ എന്നൊക്കെ ഉള്ളതാ യിരുന്നു. എന്നാൽ കൂടുതൽ വായിക്കപ്പെട്ടത് അവിടെയായിരുന്നു.

ഭാഷ ലളിതമായിരിക്കണം. ജീവിതത്തോട് അടുത്തു നില്ക്കുന്ന തുമായിരിക്കണം. എങ്കിൽ വായിക്കപ്പെടും. പ്രാദേശിക ഭാഷ മനസ്സി ലാകില്ല എന്നൊക്കെ പറയുന്നത് ശരിയല്ല. ബഷീറിന്റെയും, ഉറൂബി ന്റെയും, എം ടി യുടെയുമൊക്കെ ഭനോവലുകളിൽ കഥാപാത്രങ്ങൾ സംസാരിക്കുന്നത് അവരുടെ നാട്ടിലെ ഭാഷയാണ്. അതുതന്നെയാണ് *മയ്യഴിപ്പുഴയുടെ തീരങ്ങളിലും* ചെയ്തത്. ഇന്നത്തെക്കാലത്തെ പ്രശ്നം കഥാപാത്രങ്ങൾ പലപ്പോഴും അച്ചടിഭാഷ സംസാരിച്ചുകളയും എന്ന താണ്. സിനിമയിലും സീരിയലിലുമാണ് അത് ഏറ്റവുമധികം കാണു ന്നത്.

സ്വപ്നം കാണുവാനും ആലോചിക്കുവാനും ഒരു ഭാഷ വേണം. അന്നും ഇന്നും ഞാൻ ചിന്തിച്ചത് മലയാളത്തിലാണ്. നാല്പതുകൊല്ലം ഡൽഹിയിൽ ജീവിച്ചിട്ടും എനിക്കിപ്പോഴും ഹിന്ദിയിൽ ചിന്തിക്കുവാൻ കഴിയുന്നില്ല.

കടന്നുവന്ന വഴിയിലൂടെ നാം ഒരിക്കലും തിരികെ പോകുന്നില്ല. അതുകൊണ്ട് ഇവിടെ ജീവിക്കണം. ഇവിടെ ജീവിക്കാൻ പഠിക്കണം. പുതിയ ഭാഷ പഠിക്കുക, പുതിയ സുഹൃദ്ബന്ധങ്ങൾ ഉണ്ടാക്കുക. കളി മുറ്റവും മാഞ്ചുവടുകളും മഴവെള്ളം നീർകെട്ടിക്കിടക്കുന്ന ഇടവഴികളും മറക്കുക. അതെല്ലാം ഇന്നലെയുടേതാണ്...

അങ്ങനെയാണ് ഞാൻ ഡൽഹിയിൽ എന്റെ പുതിയ ജീവിതം തുടങ്ങിയത്. ഗൃഹാതുരതയുടെ നാളുകളായിരുന്നു ആ കാലം. ക്രമേണ നാട് തനിച്ചിരിക്കുമ്പോൾ മനസ്സുകൊണ്ട് ഒരു മടക്കയാത്ര ചെയ്യുവാനു ള്ളതുമാത്രമായി മാറി. നഗരത്തിൽ സംസാരിക്കുന്നവരുടെ ഭാഷ സംസാ രിക്കുവാൻ പഠിച്ചു. അവരുടെ ഭക്ഷണരീതികൾ ശീലിച്ചു. പുതിയ സുഹൃദ് ബന്ധങ്ങൾ ഉണ്ടാക്കുവാനും ശ്രമിച്ചു. പരിഭവങ്ങളും വേവലാ തികളും മാറിയപ്പോൾ നഗരം അനുഭവങ്ങളുടെ പുതിയ വാതിലുകൾ മുമ്പിൽ തുറന്നിടുവാൻ തുടങ്ങി. ഒരു വാതിലിനു പിറകിൽ മറ്റൊരു വാതിൽ. അതിനു പിറകിൽ മറ്റൊന്ന്. അങ്ങനെ തീരാത്ത വാതിലുകൾ. പുതിയ കാഴ്ചകളുടെ അമ്പരപ്പിക്കുന്ന ലോകങ്ങൾ ഓരോ വാതിലിനും പിറകിൽ തെളിഞ്ഞുവന്നു. മയ്യഴിയിലെ കൊച്ചുവായനശാലയ്ക്കുപകരം പല ജന്മങ്ങൾകൊണ്ടും വായിച്ചാൽ തീരാത്തത്ര പുസ്തകങ്ങളുള്ള ബ്രിട്ടീഷ് ലൈബ്രറിയും അമേരിക്കൻ ലൈബ്രറിയും. സന്ധ്യാനേരം മയ്യഴിയിലെ കടൽത്തീരത്ത് ചെന്നുനിന്നു ചുവപ്പും മഞ്ഞയും പുരണ്ട ആകാശം നോക്കിക്കാണുന്നതിനു പകരം കൊണാട്ട്പ്ലെയ്സിലെ ധൂമി മാൽ ഗാലറിയിൽ ചെന്ന് ജെ സ്വാമിനാഥന്റെ പെയിന്റിങ്ങുകളിലെ നിറ ങ്ങൾ കാണുന്നു.

അങ്ങനെയിരിക്കെ എന്റെ സാഹിത്യസങ്കല്പങ്ങളിലും മാറ്റംവന്നു. ആദ്യമാദ്യം ഞാനറിഞ്ഞിരുന്നില്ല. ഒരു കഥയെഴുതുവാൻ ചിലപ്പോൾ ഏതാനും മണിക്കൂറുകൾ മാത്രം മതിയെന്നുവരാം. പക്ഷേ, അതിന്റെ ജന്മത്തിനുപിന്നിൽ നീണ്ട കാലത്തെ മനനങ്ങൾ നടന്നിട്ടുണ്ടാകാം. അങ്ങനെയുള്ള മനനങ്ങളുടെ ഒരവസരത്തിലാണ് എന്റെ ഭാവനകളുടെ ഭൂമിക മാറിയതായി ഞാൻ മനസ്സിലാക്കുന്നത്. ഏകനായി നടക്കുമ്പോൾ എഴുതാൻപോകുന്ന കഥയിലെ കഥാപാത്രങ്ങളും അതുപോലെ നടക്കു ന്നതായി ഞാൻ മനസ്സിൽ അറിയുമായിരുന്നു. ആ കഥാപാത്രങ്ങൾ നട ന്നിരുന്നത് പുഴക്കരയിലൂടെയും വയൽവരമ്പുകളിലൂടെയും പശുക്കളുടെ ചാണകം വീണ ഊടുവഴികളിലൂടെയുമായിരുന്നു. എന്നാൽ ഒരുദിവസം എഴുതിത്തുടങ്ങിയ കഥയിലെ നായകൻ കൊണാട്ടുപ്ലെയിസിലൂടെ നടന്നു പോകുന്നത് ഞാൻ കണ്ടു.

അത് എന്റെ സാഹിത്യജീവിതത്തിലെ ഒരു വലിയ പരിവർത്തന ത്തെക്കുറിക്കുന്നു. എന്റെ സാഹിത്യത്തിന് അങ്ങനെ ഒരു പുതിയ ഭൂമി കയുണ്ടായി.

കാളവണ്ടിച്ചക്രങ്ങളുടെ പാടുകൾവീണ നാട്ടുവഴികൾക്കുപകരം ഇന്ത്യാഗെയിറ്റിലെ രാജവീഥികൾ. വയൽവരമ്പുകൾക്കു പകരം പുരാണ

ഡൽഹിയിലെ ഇടുങ്ങിയ ഗലികൾ. ചാണകം തളിച്ച മുറ്റവും കാവി പൂശിയ നിലവുമുള്ള പത്തുമുറികളുള്ള വീടിനുപകരം തീപ്പെട്ടിക്കൂടു പോലുള്ള ഇടുങ്ങിയ ഫ്ളാറ്റ്...

പിന്നീട് കഥാപാത്രങ്ങളും മാറിത്തുടങ്ങി. നാട്ടിലെ ചെറിയ സ്വകാര്യ ദുഃഖങ്ങളും തൊഴിലില്ലായ്മയും കാല്പനികപ്രണയവുമായി നടക്കുന്ന ചെറുപ്പക്കാർക്ക് പകരം ചിത്രങ്ങൾ വരയ്ക്കുകയും കവിതയെഴുതുകയും ചെയ്യുന്ന പരിഷ്കാരികളും ബുദ്ധിജീവികളുമായ യുവതികളുടെ കൂടെ മുഗൾ ശവകുടീരങ്ങളിൽ ചെന്നിരുന്ന് രതിയിലേർപ്പെടുന്ന പുതിയ കഥാ പാത്രങ്ങൾ വരികയായി. അത് നഗരത്തിന്റെ, ഡൽഹിയുടെ സംഭാവന യായിരുന്നു. ഒരു പുതിയ സൗന്ദര്യലോകം വരച്ചെടുക്കുവാൻ ഡൽഹി ജീവിതം ഏറെ സഹായിച്ചു. ഡൽഹിയിലെ പുരാതനമായ ശവകുടീര ങ്ങളിൽനിന്നും വാസ്തുശില്പത്തിൽനിന്നും സാന്ദ്രമായ സംഗീതനൃത്ത പാരമ്പര്യങ്ങളിൽനിന്നും ഒരു പതിയ സാഹിത്യഭാഷ ആവാഹിച്ചെ ടുക്കുവാൻ ഞാൻ ശ്രമിക്കുകയായിരുന്നു. *നിരത്തുകൾ, വീട്* തുടങ്ങിയ ആദ്യകാലകഥകളിലെ ഭാഷയിൽനിന്നും തികച്ചും വ്യത്യസ്തമായ ഒരു ഭാഷ *അവർ പാടുന്നു, ഇന്ദ്രിയങ്ങളിൽ ശൈത്യം* തുടങ്ങിയ കഥകളി ലെത്തുമ്പോൾ വികസിപ്പിച്ചെടുക്കുവാൻ എനിക്കു കഴിഞ്ഞുവെങ്കിൽ അത് നഗരജീവിതം കാരണം മാത്രമാണ്.

ഡൽഹിജീവിതം അതെനിക്ക് ഒരു പുതിയ ഭാഷാശൈലിനിർ മ്മിതിയെ സഹായിക്കുക മാത്രമല്ല ചെയ്തത്. അതെനിക്ക് ഒരുപാട് ജീവി താനുഭവങ്ങളും നല്കി. മയ്യഴിയുടെ ഇത്തിരി വട്ടത്തിൽ ജീവിച്ച ഞാൻ അതിരുകളില്ലാത്ത ഒരു മഹാനഗരത്തിൽ ജീവിക്കുവാൻ തുടങ്ങി. ജീവി തത്തിന്റെ വിസ്തീർണ്ണതകളും സങ്കീർണ്ണതകളും അങ്ങനെ ചെറു പ്രായത്തിൽത്തന്നെ നേരിട്ടു കണ്ടു മനസ്സിലാക്കുവാൻ എനിക്കവസരം കിട്ടി.

നാട്ടിൽ എല്ലാവരേയും അനുസരിക്കുന്ന ഒരു പാവമായിരുന്നു ഞാൻ. ഡൽഹി ചോദ്യങ്ങൾ ചോദിക്കുവാനും വ്യവസ്ഥാപിതമൂല്യങ്ങളെ ധിക്കരിക്കുവാനും വിഗ്രഹങ്ങളെ ഉടയ്ക്കുവാനും എനിക്കു ധൈര്യം തന്നു. മയ്യഴിയിൽ ജീവിച്ചിരുന്നുവെങ്കിൽ എനിക്കീ അനുഭവങ്ങളൊന്നു മുണ്ടാവില്ലായിരുന്നു. ഒരിത്തിരി വട്ടത്തിൽ എന്റെ കാഴ്ചയും ഭാവനയും ഒതുങ്ങിപ്പോകുമായിരുന്നു.

പക്ഷേ, നാട്ടിൽ ജീവിച്ചിരുന്നുവെങ്കിലും ഞാൻ എഴുതുമായിരുന്നു. അത് മറ്റൊരു തരത്തിലുള്ള രചനകളായിരിക്കുമെന്നുമാത്രം. ചിലപ്പോൾ നഗരത്തിൽ വരേണ്ടിയിരുന്നില്ലെന്നുപോലും തോന്നിപ്പോയ അവസര ങ്ങളും ഉണ്ടായിരുന്നു. നാട്ടിലെ മഴയുടെ ശബ്ദം കേട്ടു കിടന്നുറങ്ങിയും വൈകുന്നേരങ്ങളിൽ പുഴക്കാറ്റേറ്റു നടന്നും നിർദ്ദോഷമായ പ്രണയങ്ങൾ മനസ്സിലേന്തി നടന്നും ജീവിക്കുക. ഉറൂബിനെപ്പോലെയും എം ടിയെ പ്പോലെയും എഴുതാമായിരുന്നില്ലേ?

എല്ലാം നിയോഗമാണ്. എഴുതുക എന്നതുമാത്രമാണ്. നന്നായി

എഴുതുക എന്നതുമാത്രം. എവി
ടെയിരുന്നു എഴുതുന്നുവെന്നത്
അപ്രധാനമല്ലേ? എഴുത്തു
കാർക്കിടയിൽ ബംഗ്ലാവിലിരുന്ന്
എഴുതിയവരുണ്ട്. ജയിലിലി
രുന്ന് എഴുതിയവരും ഭ്രാന്താ
ലയത്തിലിരുന്ന് എഴുതിയവരു
മില്ലേ?

അങ്ങനെ എന്റേതല്ലാത്ത
ഭാഷകൾ സംസാരിച്ചാണ്
ഞാൻ നാല്പത് കൊല്ലം ഡൽ
ഹിയിൽ ജീവിച്ചത്. എന്നിട്ടും
കുട നന്നാക്കുന്ന ചോയിയിൽ
മയ്യഴി ഭാഷ ഉപയോഗിക്കാൻ
കഴിഞ്ഞത്, ഞാൻ വീട്ടിൽ ആ
ഭാഷ സംസാരിച്ചതുകൊണ്ടു
മാത്രമാണ്. മലയാളികളാണെ
ങ്കിലും വീട്ടിൽ അച്ഛനമ്മമാരും
മക്കളും ഹിന്ദിയിൽ സംസാരി
ക്കുന്നത് ഡൽഹിയിൽ സാധാ

രണയാണ്. ചിലർ ഇംഗ്ലീഷിൽ സംസാരിക്കുന്നു. എന്റെ വീട്ടിൽ ഓൻ
എന്നല്ലാതെ അവൻ എന്നു പറയരുതെന്ന് എനിക്കു നിർബ്ബന്ധമായിരു
ന്നു. വീട്ടിൽ ഒരിക്കലും ആരേയും ഞാൻ എടീ എന്ന് വിളിച്ചിരുന്നില്ല.
എണ്ണേ എണ്ണേ വിളിച്ചിരുന്നുള്ളൂ. എണ്ണേ എന്നത് സ്നേഹത്തിൽ
കുതിർന്ന ഒരു മധുരവാക്കാണ്. അത് വിവർത്തനത്തിനുപരിയാണ്.

മഹാശ്വേതാ ദേവിയും മറ്റു ചിലരും

മഹാശ്വേതാ ദേവിയെ ഞാൻ പരിചയപ്പെടുന്നതും ഡൽഹിയിൽ വെച്ചാണ്.

2002 ലാണ് ഞാൻ അവരെ അടുത്തറിയുന്നത്. ഫ്രാൻസിൽ എല്ലാവർഷവും നടക്കുന്ന Belles etrangeres എന്ന സാഹിത്യോത്സവമാണ് അതിനെനിക്ക് അവസരം നല്കിയത്. പാരീസിലെ ഫ്രഞ്ച് ഗവൺമെന്റിന്റെ സാംസ്കാരിക വകുപ്പിനാണ് അതിന്റെ നടത്തിപ്പുചുമതല. അതിൽ പങ്കെടുക്കാനായി എഴുത്തുകാരെ തെരഞ്ഞെടുക്കുന്നതിൽ കർശനമായ മാനദ

മഹാശ്വേതാ ദേവി

ണ്ഡങ്ങൾ അവർ പാലിച്ചുപോന്നു. തൊട്ടുമുമ്പുള്ള വർഷങ്ങളിൽ ഗുന്തർഗ്രാസും നദീൻ ഗോർഡിമറും മഹ്മൂദ് ദർവീഷുമെല്ലാം പങ്കെടുത്തിരുന്നു. 2002 ൽ ഏതാനും ഇന്ത്യൻ എഴുത്തുകാർ ഫ്രാൻസിലേക്ക് ക്ഷണിക്കപ്പെട്ടു. നമ്മുടെ ഭാഷയിൽനിന്നു കമലാസുരയ്യയും ഞാനുമായിരുന്നു സംഘത്തിലുണ്ടായിരുന്നത്. ഫ്രഞ്ചുഭാഷയിൽ ഒരു പുസ്തകമെങ്കിലും വിവർത്തനം ചെയ്തു പ്രസിദ്ധപ്പെടുത്തിയ എഴുത്തുകാരെ മാത്രമേ ഈ ഫെസ്റ്റിവലിൽ ക്ഷണിക്കാറുള്ളൂ. അപ്പോഴേക്ക് *മയ്യഴിപ്പുഴ യുടെ തീരങ്ങൾ* പാരീസിൽ പ്രസിദ്ധീകരിക്കപ്പെട്ടിരുന്നു. എഴുത്തുകാരുടെ സംഘത്തിൽ ഉൾപ്പെടാനുള്ള എന്റെ യോഗ്യത അതായിരുന്നു.

അങ്ങനെ മഹാശ്വേതാ ദേവിയുടെ കൂടെ ഇരുപതു ദിവസം ഞാൻ യാത്ര ചെയ്തു. ലോകത്തിലെ ഏറ്റവും നല്ല ഭക്ഷണം ലഭിക്കുന്ന സ്ഥല മാണ് പാരീസ്. പക്ഷേ, ബംഗാളിയായ അവർക്ക് മൂന്നുനാലു ദിവസം കഴിഞ്ഞപ്പോൾ ചോറ് തിന്നാൻ കൊതി തോന്നി. ബംഗാളികൾക്ക് നമ്മളെ പോലെ ചോറ് തിന്നാതെ ജീവിക്കാൻ കഴിയില്ല. മഹാശ്വേതാ ദേവിക്കു വേണ്ടി ഞാൻ ഒരു ഇന്ത്യൻ റെസ്റ്റോറന്റ് കണ്ടുപിടിച്ചു. ഞങ്ങൾ ഒന്നിച്ചുപോയി ചോറും പരിപ്പുകറിയും കഴിച്ചു.

നമുക്ക് നമ്മുടെ ഭക്ഷണം വേണം

ഞങ്ങളുടെ സംഘത്തിലുണ്ടായിരുന്ന മറ്റ് എഴുത്തുകാർ ശശി തരൂരും യു ആർ അനന്തമൂർത്തിയും ഭാമയുമായിരുന്നു. ദളിത് എഴു ത്തുകാരിയായ തമിഴ്നാട്ടിലെ ഭാമ അവരുടെ പീഡനാനുഭവങ്ങൾ വിവ രിച്ചപ്പോൾ ഫ്രഞ്ചുകാരികൾ കണ്ണുതുടയ്ക്കുന്നത് കണ്ടു. ഭാമയുടെ ചെരിപ്പ് പൊട്ടിയപ്പോൾ അവർ ഭാമയ്ക്ക് മത്സരിച്ച് വിലകൂടിയ ചെരിപ്പു കൾ വാങ്ങിക്കൊടുത്തു. മഹാശ്വേതാ ദേവിയെ അവർ അമ്മ എന്നാണ് വിളിച്ചത്. ശശി തരൂർ എപ്പോഴും തിരക്കിലായിരുന്നു. കൈയിൽ സാറ്റ ലൈറ്റ് ഫോണും മടിയിൽ ലാപ്ടോപ്പുമായി ശശി സദാ ജോലിചെയ്തു കൊണ്ടിരുന്നു. പാർക്കുകളിലും റോഡരികുകളിലുംപോലും ഇരുന്ന് ശശി ലാപ്ടോപ്പിൽ ടൈപ്പുചെയ്യുന്നത് കാണാമായിരുന്നു. അന്ന് അദ്ദേഹം കോൺഗ്രസുകാരനായിരുന്നില്ല. ശശി തരൂരായിരുന്നു. വിദേശകാര്യമന്ത്രി യുടെ ഓഫീസ് സന്ദർശിച്ചപ്പോൾ അദ്ദേഹം ശശി തരൂരിനെ ആലിം ഗനം ചെയ്തു. മറ്റുള്ളവർക്കൊക്കെ ഷെയിക് ഹാന്റു മാത്രം. സൊർ ബോന്ന് യൂണിവേഴ്സിറ്റിയിൽ ഇന്ത്യൻ സാഹിത്യത്തെക്കുറിച്ച് ഞങ്ങൾക്ക് സംസാരിക്കാനുണ്ടായിരുന്നു. അനന്തമൂർത്തിയാണ് ഏറ്റവും നന്നായി സംസാരിച്ചത്. ശശി തരൂരും ഞാനും ഫ്രഞ്ചിലാണ് സംസാരി ച്ചത്. അതുകൊണ്ട് കൂടുതൽ കൈയടി കിട്ടിയത് ഞങ്ങൾക്കാണ്. കൂട്ട ത്തിൽ ഒന്നുകൂടി പറയട്ടെ. രംഗഭീതിയുള്ള ഒരാളായിരുന്നു ഞാൻ. സ്റ്റേജിൽ കാൽവെക്കുന്നതോടെ ഭയം എന്നെ ഗ്രസിക്കും. സാർത്ര് പഠി പ്പിച്ച, മിച്ചിലോട്ട് മാധവൻ പഠിച്ച സൊർബോന്ന് യൂണിവേഴ്സിറ്റിയിൽ പ്രഭാഷണം ചെയ്തതോടെ എന്റെ ആത്മവിശ്വാസം വർദ്ധിച്ചു. ഇന്നെ നിക്ക് രംഗഭീതിയില്ല.

എഴുത്തുകാരെ കാണുന്നത് സന്തോഷം തരുന്ന കാര്യമാണ്. ഡൽ ഹിയിലെ താമസത്തിനിടയിൽ ഒരുപാട് വലിയ എഴുത്തുകാരെ പരിച യപ്പെടാൻ കഴിഞ്ഞിരുന്നു. അവരുടെ കൂട്ടത്തിൽ നോബേൽ സമ്മാന ജേതാക്കളും നമ്മുടെ അന്യസംസ്ഥാനങ്ങളിലെ ജ്ഞാനപീഠജേതാക്കളും മാത്രമല്ല, മലയാളി എഴുത്തുകാരും ഉൾപ്പെടുന്നു. ജി ശങ്കരക്കുറുപ്പി നെയും ഉറൂബിനെയും കേശവദേവിനെയും ഞാൻ ആദ്യമായി കാണു ന്നത് ഇന്ദ്രപ്രസ്ഥത്തിൽവെച്ചാണ്. അയ്യപ്പപ്പണിക്കരും സക്കറിയയും മുതൽ ടി ഡി രാമകൃഷ്ണൻവരെയുള്ള എത്രയോ എഴുത്തുകാരേയും

ഞാൻ പരിചയപ്പെട്ടത് ഡൽഹിയിൽ വെച്ചുതന്നെ. സേതു കുറച്ചുകാലം ഡൽഹിയിൽ ഉദ്യോഗം നോക്കിയിരുന്നു. അങ്ങനെ ഇന്ത്യാക്കാരും വിദേ ശികളും നാട്ടുകാരുമായ ധാരാളം സാഹിത്യകാരന്മാർ എന്റെ കാഴ്ച വട്ടത്തിൽ വന്നുപെട്ടു. നാട്ടിൽ പോകുമ്പോഴെല്ലാം മലയാളി എഴുത്തു കാരെ കണ്ടു സംസാരിക്കാൻ ഞാൻ ശ്രമിച്ചിരുന്നു. ബഷീറിനെ ബേപ്പൂ രിൽ പോയി കണ്ടിട്ടുണ്ട്. മൂന്നോ നാലോ തവണ തകഴിയെ കണ്ടിട്ടുണ്ട്. തകഴി എന്റെ വീട്ടിൽ വന്നിട്ടുണ്ട്. ഡൽഹിയിൽ വരുമ്പോഴൊക്കെ വിളി ക്കും. പുള്ളിയുടെ ഒരു രീതിയുണ്ട്. ആദ്യപ്രാവശ്യം തമ്മിൽ കാണു മ്പോൾ കൊടും ശൈത്യമായിരുന്നു. തണുപ്പ് മാറ്റാനുള്ള മരുന്ന് വല്ലതും നിന്റെ കൈയിലുണ്ടോ? നീ എംബസിയിലല്ലേ ജോലി ചെയ്യുന്നത്? തകഴി തിരക്കി. ഞാൻ തകഴിച്ചേട്ടനെ വീട്ടിലേക്കു കൂട്ടിക്കൊണ്ടുപോയി. വി കെ മാധവൻകുട്ടിയും ഒ വി വിജയനും കൂടെയുണ്ടായിരുന്നു. അമർ കോളനിയിലെ E. 104 ഫ്ളാറ്റിലായിരുന്നു അപ്പോൾ ഞാൻ താമസിച്ചി രുന്നത്. എനിക്കുശേഷം കവി സച്ചിദാനന്ദനും ഈ ഫ്ളാറ്റിൽ അല്പ കാലം താമസിച്ചിട്ടുണ്ട്. അമർ കോളനി എന്ന പേരിൽ സച്ചി ഒരു കവിത യെഴുതിയിട്ടുണ്ട്.

ഉറൂബിനെയും ഞാൻ പലതവണ ഡൽഹിയിൽവെച്ച് കണ്ടിരുന്നു. എന്തെങ്കിലും ആവശ്യത്തിനായി, അല്ലെങ്കിൽ മീറ്റിങ്ങിൽ പങ്കെടുക്കുവാ നായി, ധാരാളം എഴുത്തുകാർ ഡൽഹിയിൽ വരുമായിരുന്നു. എം കൃഷ് ണൻ നായരേയും ഞാൻ ഡൽഹിയിൽവെച്ചാണ് ആദ്യം കാണുന്നത്. അദ്ദേഹം വളരെ സ്നേഹപൂർവ്വം എനിക്ക് ഒരു സിഗരറ്റു തന്നു. വില കൂടിയ സ്റ്റെയിറ്റ് എക്സ്പ്രസ് സിഗരറ്റായിരുന്നു അത്. നല്ല ശൈത്യ ത്തിൽ സിഗരറ്റു വലിച്ചുകൊണ്ട് ഞങ്ങൾ കുറെനേരം സംസാരിച്ചിരുന്നു. ഇന്ത്യാ ഇന്റർനാഷണൽ സെന്ററിലാണ് അദ്ദേഹം താമസിച്ചത്. അദ്ദേഹം തകഴിച്ചേട്ടനെപ്പോലെ, തണുപ്പു മാറ്റാനുള്ള വല്ലതും നിന്റെ കൈയി ലുണ്ടോ എന്ന് എന്നോടു ചോദിച്ചില്ല. എം കൃഷ്ണൻ നായർ സാഹി ത്യത്തിൽ എല്ലാവരേയും ഭത്സിക്കുമെങ്കിലും പെരുമാറ്റത്തിൽ ഒരു ജെന്റിൽമാനായി കാണപ്പെട്ടു. സ്നേഹപൂർവ്വം എനിക്കു കൈ തന്നു പിരിഞ്ഞ കൃഷ്ണൻനായർ അടുത്ത ആഴ്ച സാഹിത്യവാരഫലത്തിൽ ഒരു കാരണവുമില്ലാതെ എന്നെ അവഹേളിച്ചു എഴുതി. ജീവിതത്തിൽ അദ്ദേഹം മാന്യനായിരുന്നു. സാഹിത്യത്തിൽ അങ്ങനെ ആയിരുന്നില്ല.

ഉറൂബുമായി എനിക്ക് ഒരു പ്രത്യേക ആത്മബന്ധമുണ്ടായിരുന്നു. ഇടശ്ശേരിയുടെ രണ്ടു മക്കൾ, ഹരികുമാറും മാധവനും ഡൽഹിയിൽ ജോലി ചെയ്യുന്നുണ്ടായിരുന്നു. അവർ എന്റെ അടുത്ത ചങ്ങാതിമാരായി രുന്നു അവരിലൂടെയാണ് ഞാൻ ആദ്യമായി ഉറൂബിനെ പരിചയപ്പെടു ന്നത്. ഒരിക്കൽ കേരളാ ക്ലബ്ബിൽ വെച്ചുകണ്ടപ്പോൾ ഉറൂബ് എന്റെ കാതിൽ പറഞ്ഞു. ഇക്കൊല്ലം നിനക്കാണ് കേന്ദ്രസാഹിത്യഅക്കാദമി പുരസ്കാരം, *മയ്യഴിപ്പുഴയുടെ തീരങ്ങൾക്ക്.* ഇപ്പോൾ ആരോടും പറയ രുത്. രഹസ്യമായി വെക്കണം. ഞാൻ രഹസ്യമായി വെച്ചു. രഹസ്യ

ഉറൂബ്

മായി സന്തോഷിക്കുകയും ചെയ്തു. പക്ഷേ, അവാർഡ് കിട്ടി യത് എനിക്കല്ല. മറ്റൊരാൾക്കാ ണ്. അവസാനനിമിഷം അക്കാദ മിയിൽ ഒരു അട്ടിമറി നടന്നു. എസ് കെ പൊറ്റെക്കാടിനെ നാട്ടിൽവെച്ചുതന്നെ ഞാൻ കണ്ടിട്ടുണ്ട്. അദ്ദേഹത്തിന്റെ ഭാര്യ ജയവല്ലിയുടെ വീട് എന്റെ വീട്ടിനടുത്തായിരുന്നു. ഡൽഹി യിൽ എം പിയായിരുന്ന കാലത്ത് ഞങ്ങൾ പതിവായി കാണാറു ണ്ടായിരുന്നു. അദ്ദേഹം ഒരു സാധു മനുഷ്യനായിരുന്നു. ഡൽഹിയിലെ കൊടുംചൂടിൽ കക്ഷത്തിൽ ഒരു ബാഗുമായി

വിയർത്തുകുളിച്ച് സൗത്ത് അവന്യൂവിലൂടെ അദ്ദേഹം നടന്നുപോകുന്നത് പലതവണ ഞാൻ കണ്ടിരുന്നു. ആരെ കണ്ടാലും അദ്ദേഹം ചിരിക്കും. കേശവദേവിനെ കണ്ടത് ഒരു നല്ല ഓർമ്മയാണ്. ഞാനന്ന് എഴുതിത്തു ടങ്ങുന്നതേയുള്ളൂ. പക്ഷേ, മുതുകിൽ ആധുനികൻ എന്ന ചാപ്പകുത്തി യിരുന്നു. മലയാളികൾ ധാരാളം താമസിക്കുന്ന സരോജിനി നഗറിൽ കേശവദേവ് സംസാരിക്കുന്നു എന്നറിഞ്ഞ് ഞാൻ അങ്ങോട്ടു ചെന്നു. ആൾക്കൂട്ടത്തിൽ ഞാനും സ്ഥലം പിടിച്ചു. അദ്ദേഹം ഒരു ഭയങ്കര പ്രസംഗം നടത്തി. രോഷത്തോടെ, പൊട്ടിത്തെറിച്ചുകൊണ്ടാണ് അദ്ദേഹം സംസാരിച്ചത്. ആധുനിക എഴുത്തുകാരെ അതികഠിനമായി വിമർശിച്ചു. കൂട്ടത്തിൽ എന്നേയും ശകാരിച്ചു. ഞാൻ മിഴിച്ചുനോക്കിയിരുന്നു. തൊട്ടു മുമ്പിൽ സദസ്സിൽ ഇരിക്കുന്ന എന്നെ അദ്ദേഹത്തിനു അറിയില്ലല്ലോ. ഒരു വികാരജീവിയായ അദ്ദേഹത്തെ ഞാൻ വളരെ ആദരിക്കുകയും സ്നേഹിക്കുകയും ചെയ്യുന്നു. സത്യസന്ധനായ, മനസ്സിലുള്ളത് തുറ ന്നുപറയുന്ന നൈർമ്മല്യമുള്ള ഒരു വലിയ മനുഷ്യൻ.

ബഹുമുഖങ്ങൾ

ഏകദേശം നാല്പത് കൊല്ലക്കാലം ഞാൻ ശരീരംകൊണ്ട് ഡൽ ഹിയിലായിരുന്നു. പക്ഷേ, മനസ്സുകൊണ്ട് മയ്യഴിയിലും. ശരീരവും മനസ്സുംകൊണ്ട് വ്യത്യസ്തമായ രണ്ടുതലത്തിൽ ജീവിക്കുകയായിരുന്നു. ഞാൻ അഭിമുഖീകരിച്ചിട്ടുള്ള ഏറ്റവും വലിയ സംഘർഷം സാഹിത്യ ജീവിതത്തിലും വ്യക്തിജീവിതത്തിലും അതായിരുന്നു. ശരീരം ഡൽ ഹിയിലും മനസ്സ് മയ്യഴിയിലും. ഇതിനെ വേർതിരിക്കുന്നത് മൂവായിരം കിലോമീറ്ററാണ്. ഭാഷയും സംസ്കാരവും എല്ലാം വ്യത്യസ്തമാണ്. അങ്ങനെയുള്ള ഒരു ജീവിതമാണ് ഇത്രയും കാലമായി ഞാൻ ജീവിച്ച ട്ടുള്ളത്. പക്ഷേ, എനിക്കു തോന്നുന്നത് ലേശം അകലച്ച നല്ലതാണെന്നു തന്നെയാണ്. ദൂരെ നിന്നുള്ള കാഴ്ചയാണ് സർഗ്ഗാത്മകതയെ സഹായി ക്കുന്നത്. ലോകത്തെ പല വലിയ സാഹിത്യകാരന്മാരും അങ്ങനെ ജീവിച്ച് എഴുതിയവരാണ്. ഇപ്പോഴും അങ്ങനെ ചെയ്യുന്നവരുമുണ്ട്.

ഗൃഹാതുരത്വം എന്നത് സർഗ്ഗാത്മകതയെ ഏറ്റവും കൂടുതൽ സഹാ യിക്കുന്ന ഒന്നാണ്. മലയാളികളുടെ മാത്രം കാര്യമല്ല. ഒരുപാട് എഴു ത്തുകാരുണ്ട്. വീടുവിട്ടുപോകുന്നവരായി. പഴയ കമ്യൂണിസ്റ്റ് കിഴക്കൻ യൂറോപ്പിൽനിന്നും ചൈനയിൽനിന്നുമെല്ലാം എഴുത്തുകാർ വീടുവിട്ടു പോയി മറ്റു ദേശങ്ങളിൽ കുടിയേറിപ്പാർത്തിട്ടുണ്ട്. അങ്ങനെയുള്ള എഴു ത്തുകാരാണ് ആ കാലഘട്ടങ്ങളിൽ ഏറ്റവും നല്ല സാഹിത്യം ഉണ്ടാക്കു ന്നത്. ഉദാഹരണത്തിന് നോബേൽ സമ്മാനജേതാവായ ഗാവോ എന്ന ചൈനീസ് എഴുത്തുകാരൻ തന്നെ. അദ്ദേഹം ഫ്രാൻസിലായിരുന്നു താമസം. അവിടെ താമസിച്ച് അദ്ദേഹം എഴുതിയതു മുഴുവൻ ചൈന യിലെ തന്റെ ഗ്രാമങ്ങളെക്കുറിച്ചാണ്.

സോൾഷെനിത് സിൻ ജന്മനാട്ടിൽനിന്ന് വളരെ ദൂരെ താമസിച്ചാണ് എഴുതിയിരിക്കുന്നത്. അതുപോലെ കുറ്റസി, ഉംബെർട്ടോ എക്കോ,

ഒ വി വിജയൻ   വി കെ എൻ

ഇവരൊക്കെ ജന്മനാട്ടിൽ നിന്നുമാറി അന്യനാട്ടിൽ ജീവിക്കുന്നവരാണ്. അങ്ങനെ ദൂരെയിരുന്ന് എഴുതുന്നത് എഴുത്തുകാരിലെ സർഗ്ഗാത്മകതയെ സഹായിക്കുമെന്നാണ് എനിക്കു തോന്നുന്നത്. അങ്ങനെയാവാം ഡൽഹിയിലിരുന്നുകൊണ്ട് എനിക്ക് മയ്യഴിയെക്കുറിച്ച് എഴുതാൻ സാധിച്ചത്. മയ്യഴിയെക്കുറിച്ചുള്ള ദൂരക്കാഴ്ച എനിക്കു നല്കിയത് അതാവാം.

എഴുപതുകളിൽ മലയാളത്തിൽ അതൊരു തരംഗമായിരുന്നു. വിജയനും വി കെ എന്നും കാക്കനാടനും എം പി നാരായണപ്പിള്ളയും, സേതുവും, പുനത്തിലും ഞാനും, ഞങ്ങളെല്ലാം വീടുവിട്ടുപോയവരാണ്. ദൂരക്കാഴ്ച, മാറിനില്ക്കുന്ന അവസ്ഥ സർഗ്ഗാത്മകതയെ സഹായിക്കുന്നതാണ്.

കാക്കനാടൻ   എം പി നാരായണപിള്ള

പ്രവാസിയെന്നു പറഞ്ഞാൽ കേരളം വിട്ടുപോവുന്നവരാണ്. എന്നാൽ ഇന്നു പുതിയൊരു വർഗ്ഗം ഉദയം ചെയ്തിട്ടുണ്ട്. കേരളത്തിൽ ജീവിച്ചുകൊണ്ടുതന്നെ പ്രവാസികളാവുന്നവർ. നമ്മുടെ, ഭക്ഷണം, ഭാഷ, ആചാരങ്ങൾ, എല്ലാം ഉപേക്ഷിച്ചു മറ്റൊരു രീതിയിൽ ജീവിക്കുന്നവർ. ഇവരും പ്രവാസികളാണ്.

ഡൽഹിയിൽ നടക്കുമ്പോൾ എനിക്കു വലിയ ഏകാന്തത തോന്നാ റുണ്ട്. ഒരുപാടാളുകൾ, വാഹനങ്ങൾ അതിനു നടുവിൽ ഞാൻ തനിയെ എന്ന തോന്നൽ. പക്ഷേ, നാട്ടിൽ അതില്ല. നാട്ടിൽ നടക്കുമ്പോൾ എവിടെപ്പോകുന്നു, എന്തുണ്ടു വിശേഷം? എന്നിങ്ങനെ ചോദ്യങ്ങൾ നിരവധി വരും. അല്പം നമുക്ക് വഴിതെറ്റിയാൽ തന്നെ സഹായിക്കാൻ ആളുണ്ടാവും. ഗ്രാമത്തിൽ സുരക്ഷിതത്വമുണ്ട്. നഗരത്തിൽ നാം അനാഥരാണ് എന്ന തോന്നലുണ്ടാവും. ഒരുപാട് ഇടപെടലുണ്ടെങ്കിലും നീ തനിയെ അല്ല. ഒരു നാടുമുഴുവൻ നിന്റെ കൂടെയുണ്ട് എന്ന വിശ്വാസം കൂടെയുണ്ടാവും. അത് നന്മ തന്നെയാണ്."

ഓണം

ഓണം എല്ലാവരുടെ മനസ്സിലും കുട്ടിക്കാലവുമായി ബന്ധപ്പെട്ടാണ് കിടക്കുന്നത്. പ്രത്യേകിച്ചും കൗമാരപ്രായത്തിലാണ് ഉത്സവങ്ങളേ ടൊക്കെ നമുക്കു പ്രിയം തോന്നുക. ഏതു കൗമാരക്കാരന്റെ മനസ്സിലും ഒരു പെൺകുട്ടിയുണ്ടാവും. അവളെ കാണാം. അങ്ങനെ പലതും. അല്ലെങ്കിലും ഈ ഉത്സവങ്ങളെല്ലാം കാല്പനികതയുടേതാണ്. പക്ഷേ, ജീവിതത്തിൽ വലിയ മാറ്റം വന്നുപോയി ഇപ്പോൾ. കാല്പനികതയും പ്രണയവുമൊന്നും ഇപ്പോൾ പഴയ നിറങ്ങളിൽ ഇല്ല. എങ്കിലും വീടു വിട്ടുപോയവരിൽ അതെല്ലാമുണ്ട്. അതിനുകാരണം പറയുന്നത് ജീവി തത്തിന്റെ ആദ്യവർഷങ്ങളാണ് ഒരു വ്യക്തിയെ നിർമ്മിക്കുന്നത് എന്നാണ്. പത്തുകൊല്ലം നാട്ടിലും ബാക്കി എഴുപതുകൊല്ലം വിദേ ശത്തും ജീവിച്ച ഒരാൾ, ഓർക്കുന്ന അധികവും ആ പത്ത് കൊല്ലമാവും. അതുകൊണ്ടാണ് ഞാനൊക്കെ വളരെക്കാലം ഡൽഹിയിലായിട്ടും ഓണം ആഘോഷിക്കാൻ ശ്രമിക്കുന്നത്. മനസ്സിലെവിടെയോ അതു കിടപ്പുണ്ട്...

ഇന്ന് ഓണം സിന്തറ്റിക്ക് ആണ്. നിലവിളക്കുപോലും കൃത്രിമമായി കിട്ടും. അതേസമയം നമ്മൾ ആരേയും കുറ്റപ്പെടുത്തരുത്. പ്രവാസികൾ അവരുടെ രീതിയിൽ ഓണം ആഘോഷിക്കുന്നുണ്ട്...

വിദേശത്തുള്ളവർ നമ്മളേക്കാൾ ആവേശപൂർവ്വം ഓണം ആഘോ ഷിക്കുന്നതു കാണാം. നഷ്ടബോധം അവരിൽ അത്രയും തീവ്രമാണ്. അകല്‍ച്ച കൂടുന്തോറും അതുണ്ടാവും. ഒരു ഓണത്തിന് ഞാൻ ബോസ്റ്റ ണിലായിരുന്നു. ഹാർവാർഡ് യൂണിവേഴ്സിറ്റിയുടെ സ്ഥലം. അവിടെ ഓണം എന്നുപറഞ്ഞാൽ പത്തോ പതിനഞ്ചോ പേർ ചേർന്നുള്ള പരി പാടിയാവും എന്നാണു ഞാൻ കരുതിയത്. തലേദിവസംതന്നെ അവ

രെന്നെ അവിടെ കൊണ്ടുപോയി. സ്ത്രീകളും പുരുഷന്മാരും ചേർന്നുള്ള അപൂർവ്വമായ ഒരു കാഴ്ചയാണ് ഞാനവിടെ കണ്ടത്. അവർ പച്ചക്കറി കഷ്ണം മുറിക്കുന്നു, തേങ്ങ ചിരവുന്നു, അരയ്ക്കുന്നു. മിക്കവരും ഹാർവാർഡിലെയും എം ഐ ടിയിലെയും പ്രൊഫസർമാരൊക്കെയാണ്. ഡോക്ടർമാർ, എഞ്ചിനീയർമാർ, നഴ്സുമാർ. ചിലരുടെ വേഷം മുണ്ടു ടുത്ത് തലയിൽ തോർത്തുമുണ്ടു കെട്ടി തനി കേരളീയം. പിറ്റേ ദിവസം അഞ്ഞൂറു മലയാളി കുടുംബങ്ങളാണ് അവിടെ ഒത്തുചേർന്നത്.

കോഴിക്കോട്

നമ്മുടെ രാജ്യത്ത് സ്വപ്നങ്ങളിൽനിന്ന് യാഥാർത്ഥ്യങ്ങളിലേക്കുള്ള പരിവർത്തനങ്ങൾ ആദ്യം ഉണ്ടായത് വൻനഗരങ്ങളിലാണ്. ഗ്രാമങ്ങളും ചെറുപട്ടണങ്ങളും അവയുടെ സ്വപ്നനിദ്ര തുടർന്നുകൊണ്ടിരുന്നു. വലിയ നഗരങ്ങളില്ലാത്ത ഒരു സംസ്ഥാനമാണ് കേരളം. നമ്മുടെ ഏറ്റവും വലിയ നഗരങ്ങളായി അറിയപ്പെടുന്നത് കൊച്ചിയും കോഴിക്കോടുമാണ്. ഡൽഹിയും കൊൽക്കത്തയും മുംബൈയും കണ്ടുവന്ന ഒരാൾക്ക് കൊച്ചിയും കോഴിക്കോടും നാട്ടുമ്പുറങ്ങളായേ തോന്നുകയുള്ളൂ. അറു പതുകളുടെ ആദ്യം ഡൽഹിയിൽ വരുന്നതിനുമുമ്പ് ഞാൻ കണ്ട ഏകനഗരം കോഴിക്കോടായിരുന്നു.

കോഴിക്കോട്ടെ മിഠായിത്തെരുവായിരുന്നു എന്റെ ഏറ്റവും വലിയ നഗരാനുഭവം. ആ അനുഭവവും ഉള്ളിൽപേറി ഡൽഹിയിൽ വന്നിറങ്ങിയ എന്നിൽ ആദ്യംവന്നു നിറഞ്ഞത് ഒരമ്പരപ്പും ഷോക്കുമായിരുന്നു. അതിൽനിന്ന് ഉണരുവാൻ വളരെക്കാലം വേണ്ടിവന്നു. ഈ അമ്പരപ്പി ന്റെയും ഷോക്കിന്റെയും സൃഷ്ടിയാണ് എന്റെ ആദ്യകാല ഡൽഹിക്ക ഥകൾ എന്നു പറയാം. ആ കഥകളിലെ കഥാപാത്രങ്ങളിൽ ഒട്ടേറെപേരും ഏകാകികളായിരുന്നു.

എം ടി *മാതൃഭൂമി* ആഴ്ചപ്പതി പ്പിന്റെ പത്രാധിപരായിരിക്കുമ്പോ ഴാണ് ഞാൻ അദ്ദേഹത്തെ ആദ്യ മായി കാണുന്നത്. അതിനുമുമ്പ് അദ്ദേഹത്തിന്റെ മിക്കവാറും എല്ലാ രചനകളും വായിച്ച ആളാണ് ഞാൻ. വലിയ ഗൗരവക്കാരനാ ണെന്നും ഒട്ടും സംസാരിക്കില്ലെന്നു മൊക്കെ കേട്ടിരുന്നു. അതുകൊണ്ട് സംശയത്തോടെയാണ് കയറിച്ചെ ന്നത്. മേശപ്പുറം നിറയെ കടലാസു കളാണ്. അന്ന് കമ്പ്യൂട്ടർ ഇല്ലല്ലോ. അവിടെ ഒരു ബീഡിയും വലിച്ച് ഇരിക്കുന്നു. വലിയ സ്നേഹമാണ്

എം ടി

കാണിച്ചത്. ഡൽഹിയിലെ കാര്യങ്ങളൊക്കെ ചോദിച്ചു. പിന്നീടൊരിക്കൽ മേഹാറാണി ഹോട്ടലിൽ വെച്ച് കുഞ്ഞബ്ദുള്ളയുടെ കൂടെ കണ്ടിരുന്നു. എനിക്കു തോന്നുന്നു എല്ലാവരോടും അങ്ങനെയാവില്ല. മനസ്സിനിണ ങ്ങിയ ആളുകളെ കാണുമ്പോൾ സംസാരിക്കുന്നുണ്ടാകും. കൃഷ്ണവാ രിയർ പത്രാധിപരായിരിക്കുമ്പോഴും കഥകൾ നോക്കിയിരുന്നത് എം ടി യായിരുന്നു. അതുകൊണ്ടു തന്നെ എന്റെ മിക്കവാറും പ്രധാനപ്പെട്ട കഥ കൾ എം ടിയിലൂടെ കടന്നുപോയിട്ടുണ്ട്. ചിലതൊക്കെ അദ്ദേഹം തിരുത്തും. ചിലപ്പോൾ തലക്കെട്ടുമാറ്റം, ഒരു മാജിക് ടച്ച് എന്നു പറയാം. ഒരു മാന്ത്രിക സ്പർശം. ചെറിയ ചെറിയ തിരുത്തലുകളിലൂടെ. വരാൻ പോകുന്ന കാലത്തെക്കുറിച്ച് നല്ല വീക്ഷണമുള്ള ആളായിരുന്നു. അക്കാ ലത്ത് *മാതൃഭൂമി* ആഴ്ചപ്പതിപ്പിൽ എഴുതിയാൽ മാത്രമേ മുഖ്യധാരയിൽ എത്തുകയുള്ളൂ, വേറെ രണ്ടുമൂന്നു ആഴ്ചപ്പതിപ്പുകൾ ഉണ്ടായിരുന്നെ ങ്കിലും, ആ കാലഘട്ടത്തിൽ കുഞ്ഞബ്ദുള്ള, ഞാൻ, സേതു എന്നിവരെ യൊക്കെ പ്രോത്സാഹിപ്പിക്കാൻ അദ്ദേഹം വളരെ ശ്രമിച്ചിട്ടുണ്ട് ഞാൻ ഇന്ദ്രിയങ്ങളിൽ *ശൈത്യം* എന്ന കഥ എഴുതി മാതൃഭൂമിക്കയച്ചു. രണ്ടു മൂന്നുമാസം കഴിഞ്ഞിട്ടും ഒരു മറുപടിയില്ല. പിന്നീട് ഞാനാ സംഭവം മറന്നു. അക്കാലത്ത് *മാതൃഭൂമി* റിപ്പബ്ലിക് ഡേ സ്പെഷ്യൽ ഇറക്കുമാ യിരുന്നു. അതിൽ എല്ലാ ഭാഷകളിലേയും ഓരോ കഥകൾ ചേർക്കും. അക്കൂട്ടത്തിൽ മലയാളത്തിലെ ഒരു കഥ, ഒരു ഹിന്ദി കഥ, ബംഗാളി കഥ എല്ലാം ഉണ്ടാകും. അക്കൂട്ടത്തിൽ മലയാള കഥ ഏതെന്ന് എല്ലാ വരും ഉറ്റു നോക്കുന്ന ഒരു സംഗതിയാണ്. അന്ന് മലയാളത്തിലെ കഥയായി എന്റെ 'ഇന്ദ്രിയങ്ങളിൽ ശൈത്യം' എന്ന കഥയാണ് എം ടി തെരഞ്ഞെടുത്തത്. അത് എനിക്ക് വലിയ ഒരു അംഗീകാരം ആയി തോന്നി. എം ടി സ്പെഷ്യൽ ആയി ആ കഥയെ എടുത്തല്ലോ എന്ന സന്തോഷം. ഇന്നത്തെ പത്രാധിപന്മാർക്കും മറ്റ് പല ലക്ഷ്യങ്ങളുമുണ്ട്. സർക്കുലേഷൻ വർദ്ധിപ്പിക്കുക, സെൻസേഷണൽ സ്റ്റോറി ഉണ്ടാക്കുക, അതിൽ പുതിയ എഴുത്തുകാരെ കണ്ടെത്തുക വളർത്തുക എന്നത് പ്രയോറിറ്റിയായി കാണുന്നില്ല. ചില നിലപാടുകൾ അങ്ങനെയാണ്. സർക്കുലേഷൻ വർദ്ധിപ്പിക്കുവാൻ ഉള്ള നിലപാടുകൾ എടുക്കുന്നതി ലുപരി ദീർഘവീക്ഷണമുള്ള എം ടിയെപ്പോലെയുള്ള പത്രാധിപന്മാരെ ഇപ്പോൾ ആവശ്യമില്ല. ആഴ്ചപ്പതിപ്പുകൾക്ക് പെട്ടെന്ന് പെട്ടെന്ന് എഴു തിക്കൊടുക്കുന്ന ആളുകളെയാണ് അവർക്ക് ആവശ്യം. ഇപ്പോൾ ഒരു എഴുത്തുകാരൻ മരിച്ചു മണിക്കൂറുകൾക്കുള്ളിൽ ഒരു ലേഖനം വേണം. അല്ലെങ്കിൽ പരിസ്ഥിതിയെപ്പറ്റി ഒരു ലേഖനം വേണം. അത് പെട്ടെന്ന് എത്തിച്ചുകൊടുക്കുന്ന ആളുകളെ വേണം. അതൊക്കെയാണ് നോക്കു ന്നത്. ആഴ്ചപ്പതിപ്പിന്റെ നടത്തിപ്പിന്റെ രീതിയിൽവന്നിട്ടുള്ള വ്യത്യാസ മാണ്. മുമ്പ് അങ്ങനെയല്ല നല്ല എഴുത്തുകാരെ സമീപിക്കേണ്ട ആവശ്യം പോലും ഇല്ല, ആവശ്യപ്പെടാതെ തന്നെ വലിയ എഴുത്തുകാരും നോവ ലിസ്റ്റുകളും കഥകളും രചനകളും നല്കും. ഇന്ന് എല്ലാം ആവശ്യപ്പെട്ടി

ട്ടാണ് കിട്ടുന്നത്. എനിക്ക് എം ടി എന്നുള്ളത് ഗുരുസ്ഥാനീയനോ ജ്യേഷ്ഠസഹോദരനോ ആണ്. ഇപ്പോഴും ഞങ്ങൾ നല്ല ബന്ധമുണ്ട്. എഴുത്തുകാരന്റെ ആത്മാഭിമാനത്തെ ഉയർത്തിപ്പിടിക്കാൻ ശ്രമിക്കുന്ന എഴുത്തുകാരനാണ് എം ടി. എഴുത്തുകാരൻ എന്നു പറഞ്ഞാൽ കവല കളിൽ പോയി പ്രസംഗിക്കുക, അങ്ങാടിയിൽപോയി പ്രസംഗിക്കുക, ആളുകളുടെ ശകാരം കേൾക്കുക, വിവാദം ഉണ്ടാക്കുക അങ്ങനെ ജന കീയനാകലല്ല എം ടിയുടെ രീതി. എഴുത്ത് വളരെ ഗൗരവപരമായി കൈകാര്യം ചെയ്യുക, ഒരിടത്തും വിട്ടുവീഴ്ചയ്ക്ക് തയ്യാറാവാതിരിക്കുക, പലർക്കും ഈ നിലപാടുകൾ ഉണ്ടാകും. അതിൽ ഉറച്ചു നില്ക്കാൻ എല്ലാ വർക്കും കഴിയില്ല. മനോവീര്യമോ ഇച്ഛാശക്തിയോ ഉണ്ടായെന്നു വരില്ല. പക്ഷേ, എം ടിക്ക് കൃത്യമായ നിലപാടുകളുണ്ട്. അതിൽ വിട്ടുവീഴ്ച ചെയ്യില്ല. ഇച്ഛാശക്തിയുള്ള എഴുത്തുകാരനാണ്. കേരളത്തിലെ ഏതൊരു എഴുത്തുകാരന്റെ വാക്കിലും ഇല്ലാത്ത ഒരു വിലയുണ്ട് അദ്ദേഹത്തിന്. എഴുത്തുകാരന്റെ ഒരു ദീപസ്തംഭമായി നില്ക്കുന്ന എം ടി. എം ടിയുടെ ഇച്ഛാശക്തി അപാരമാണ്. ഒരു കാര്യം ചെയ്യേണ്ട എന്നു തോന്നിക്കഴി ഞ്ഞാൽ ചെയ്യില്ല. എല്ലാവരും ആഗ്രഹിക്കുന്നത് എം ടിയെപ്പോലെയുള്ള ഒരു എഴുത്തുകാരനാകാനാണ്.

നാട്ടിൽ വരുമ്പോൾ കോഴിക്കോട്ടെ ദേശാഭിമാനി ആപ്പീസിലും ഞാൻ ചെല്ലാറുണ്ടായിരുന്നു. ആധുനികതയുടെ കുപ്പായം അഴിച്ചുവെച്ച് ഞാൻ ഇട്ടത് ഇടതുപക്ഷത്തിന്റെ കുപ്പായമാണല്ലോ. എഴുത്തുകാരന് ജീവിതം ഒന്നേയുള്ളൂ. കുപ്പായങ്ങൾ ഒന്നിലേറെ ഉണ്ട്. ആശയങ്ങളുടെ സ്ഫോടനമാണ് ഇതിനുകാരണം. കനയ്യ കുമാർ പറഞ്ഞ ഒരു കാര്യ മുണ്ട്. അംബേദ്കറൈറ്റുകളും ഇടതുപക്ഷവും ഒന്നിച്ചുപ്രവർത്തിക്കണം. അങ്ങനെ ഒരു പുതിയ ഇന്ത്യയെ സൃഷ്ടിക്കണം. എഴുത്തുകാർ ഇനി ധരിക്കേണ്ട കുപ്പായം അതാണെന്ന് എനിക്കു തോന്നുന്നു. എഴുത്തു കാരും ചലച്ചിത്രപ്രവർത്തകരും കൂട്ടമായി ഇടതുപക്ഷത്തേക്ക് വരുന്ന താണ് നമ്മൾ കഴിഞ്ഞ തിരഞ്ഞെടുപ്പുകാലത്ത് കണ്ടത്.

സാഹിത്യരംഗത്തിലെ എതിർ ശബ്ദങ്ങൾ

എതിർശബ്ദങ്ങൾ പുറപ്പെടുവിച്ച എം ഗോവിന്ദൻ, എം വി ദേവൻ, സി ജെ തോമസ്, പി കെ ബാലകൃഷ്ണൻ എന്നിങ്ങനെ ഒരുപാടുപേ രുണ്ട്. ഇതിൽ എനിക്ക് വ്യക്തിപരമായി ബന്ധമുണ്ടായിരുന്നത് എം ഗോവിന്ദനുമായി മാത്രമാണ്. എം ഗോവിന്ദന്റെ ശിഷ്യനൊന്നുമായിരു ന്നില്ല. ഞാൻ ഡൽഹിയിൽ വരുമ്പോഴൊക്കെ തമ്മിൽ കാണുമായിരുന്നു. മദ്രാസിൽ പോകുമ്പോഴും എം ഗോവിന്ദനെ കാണാറുണ്ട്. അതിൽ കൂടു തൽ ഒന്നും ഉണ്ടായിരുന്നില്ല. എനിക്ക് അദ്ദേഹത്തോട് വലിയ ആദരവാ യിരുന്നു. വലിയൊരു മനുഷ്യനായിരുന്നു. സി ജെ തോമസ് എതിർ ശബ്ദം പുറപ്പെടുവിച്ച ആളാണ്. സി ജെ തോമസുമായി ഒരുപാട് കലഹങ്ങളു

എം ഗോവിന്ദൻ

എം വി ദേവൻ

ണ്ടായിട്ടുണ്ട്. പക്ഷേ, അദ്ദേഹത്തെ ഞാൻ കണ്ടിട്ടില്ല. തായാട്ട് ശങ്കരനെ കണ്ടിട്ടുണ്ട്. പിന്നീട് കുറച്ചുകൂടി അടുത്ത ബന്ധമുള്ളത്, എം വി ദേ വനുമായാണ്. പലപ്പോഴും അദ്ദേഹം എന്നോട് കലഹിക്കുകയാണ് ചെയ്തത്. കലഹിക്കുക എന്നു പറയാൻ പറ്റില്ല. ഞാൻ അങ്ങോട്ട് കല ഹിക്കാൻ പോയിട്ടില്ല. ഒരുപാട് വിയോജിപ്പുകളുള്ള ആളായിരുന്നു അദ്ദേഹം. ഒരു ഇടതുപക്ഷ വിമർശകനായിരുന്നു ദേവൻ. ഞാൻ ഒരു ഇടതുപക്ഷ ചായ്‌വുള്ളവനായതുകൊണ്ടോ മറ്റോ ആയിരിക്കാം അദ്ദേഹം അതിരുകടന്ന വിമർശനങ്ങൾ നടത്തിയിട്ടുണ്ട്. *മയ്യഴിപ്പുഴയുടെ തീരങ്ങ ളെപ്പറ്റി* വിമർശിച്ചു. പക്ഷേ, എനിക്കദ്ദേഹത്തോട് ബഹുമാനമാണ്. എം ഗോവിന്ദനെപ്പോലെയോ സി ജെ തോമസിനെപ്പോലെയൊ ഉള്ള ഒരാ ളായി എം വി ദേവനെ ഞാൻ കാണുന്നില്ല. ഗോവിന്ദനും സി ജെതോ മസും, അവരുടെ കാഴ്ചപ്പാടുകൾ, നിലപാടുകൾ ഒക്കെ വളരെ വലു താണ്. ദേവൻമാഷെ പറ്റി പറയുമ്പോൾ, പ്രത്യേകിച്ച് ഒരു മണ്ഡലത്തിൽ വലിയ സംഭാവനകൾ ചെയ്തിട്ടില്ല. പെയിന്റിങ്ങിൽ വലിയ ഉയർച്ച നേടാൻ കഴിഞ്ഞില്ല. അദ്ദേഹം നല്ല പ്രഭാഷകനായിരുന്നു. സാഹിത്യ ത്തിലും വേണ്ടത്ര ശോഭിക്കാൻ കഴിഞ്ഞില്ല. എവിടെയും ഒരു അടയാള പ്പെടുത്തൽ നടത്താൻ അദ്ദേഹത്തിനായില്ല. അദ്ദേഹത്തിന്റെ പ്രശ്നം ഇടതുപക്ഷ വിരുദ്ധതയായിരുന്നു. ഇന്നിപ്പോൾ ഇടതുപക്ഷ വിരുദ്ധത ഉണ്ടെങ്കിൽ നമുക്കു മനസ്സിലാക്കാം. പഴയകാലത്ത് അങ്ങനെയല്ല, പണ്ടാക്കെ ഇടതുപക്ഷം എന്നു പറയുന്നത് നമ്മുടെ പ്രത്യാശയായി രുന്നു, ഒരു വിമോചന പ്രത്യയശാസ്ത്രമായിരുന്നു. വേദനിക്കുന്ന, ചിന്തി ക്കുന്ന, മനുസാക്ഷിയുള്ള എല്ലാവരും ഇടതുപക്ഷക്കാരായിരുന്നു. അങ്ങ നെയുള്ള കാലത്തുപോലും ഇടതുപക്ഷ വിരുദ്ധത ദേവൻ മാഷ് കാണി

ച്ചതിൽ എനിക്ക് വിഷമമമുണ്ടായിരുന്നു. അദ്ദേഹം അവസാന നാളുകൾ വരെ എന്നോട് ഒരു അകല്‍ച്ച സൂക്ഷിച്ചിരുന്നു. അദ്ദേഹം നല്ലൊരു പ്രഭാ ഷകനായിരുന്നു. ചിത്രകല, ചരിത്രം എന്നിവയിലെല്ലാം വളരെ അവഗാ ഹമുള്ള ആളാണ്. എവിടെയൊക്കെയോ അദ്ദേഹം അപഥസഞ്ചാരങ്ങൾ നടത്തി. അതുകൊണ്ട് അദ്ദേഹത്തിന് വേണ്ടവിധത്തിൽ ശോഭിക്കാൻ കഴിഞ്ഞില്ല.

ഫെമിനിസവും മാധവിക്കുട്ടിയും

മാധവിക്കുട്ടി

പുറത്തുനിന്ന് വ
ന്നിട്ടുള്ള ആശയമാണ്
ഫെമിനിസം. പക്ഷേ,
നമ്മുടെ എല്ലാ വലിയ
ആശയങ്ങളും പുറത്തു
നിന്നുവന്നതുതന്നെ
യാണ്. ഫെമിനിസ്റ്റ്
പ്രത്യയശാസ്ത്രത്തിന്
ഒരുപാട് പ്രസക്തിയുള്ള
നാടാണ് നമ്മുടേത്.
സ്ത്രീയെ ഒരു ഉപഭോഗ
വസ്തുവായാണ് കാണുന്നത്. സ്ത്രീ പുരുഷനേക്കാൾ താഴെയാണെന്ന
ഒരു മനോഭാവം മിക്കവാറും എല്ലാ പുരുഷന്മാർക്കും ഉള്ളതാണ്. ഒരു
ഈകൽ വ്യവസ്ഥിതിയല്ല, രണ്ടാം തരക്കാരി എന്ന നിലയിലാണ്
സ്ത്രീയെ കാണുന്നത്. അതിനുള്ള ഒരു പ്രധാന കാരണം സാമ്പത്തിക
അസ്ഥിരതയാണ്. ഇപ്പോൾ സ്ത്രീകൾ എല്ലാം എന്തെങ്കിലും ചെയ്യുന്നു.
ചെറിയൊരു വരുമാനം ഉണ്ടാക്കുന്നു. വെറുതെയിരിക്കുന്ന സ്ത്രീകൾ
അപൂർവ്വമാണ്. ഒരു തുണിക്കടയിലെങ്കിലും പോയി ചെറിയ വരുമാനമു
ണ്ടാക്കും. സാമ്പത്തികമായിട്ടുള്ള അടിമത്തം അതായിരുന്നു ഇവിടെ
വലിയ പ്രശ്നം. അതിനെ പുരുഷൻ മുതലെടുക്കുകയായിരുന്നു.
സ്ത്രീയുടെ ഈ അവസ്ഥയെ പുരുഷൻ ഉപയോഗിച്ചു എന്നല്ല ദുരുപ
യോഗം ചെയ്തു എന്നുവേണം പറയാൻ. ഇന്നിപ്പം അങ്ങനെയല്ല. ഒരു
പാട് മാറ്റങ്ങൾ ഉണ്ടായിട്ടുണ്ട്. സ്ത്രീകൾ സാമ്പത്തികമായി വിദ്യാഭ്യാ

സപരമായി പുരോഗതി കൈവരിക്കുന്നുണ്ട്. ഇവിടെ ഒരു സ്ത്രീമുന്നേ റ്റമുണ്ടായിട്ടുണ്ട്. പെണ്ണുപൂക്കുന്ന കാലം, സ്ത്രീകൾ സ്വതന്ത്രരാകുന്ന കാലമാണ് ഇപ്പോൾ നടക്കുന്നത്. സ്ത്രീകൾ പുരുഷന്റേതായ അടിമ ത്തത്തിൽനിന്ന് സ്വതന്ത്രയാകാൻ തീരുമാനിച്ച കാലമാണിത്. എല്ലാ മണ്ഡലങ്ങളിലും, ഐ എ എസ്, എം ബി ബി എസ്, മുതലായ എല്ലാ പരീക്ഷകളിലും സ്ത്രീകൾ ശക്തമായി തിരിച്ചുവരുന്നു. ഫെമിനിസ്റ്റ് പ്രസ്ഥാനങ്ങൾ ഇതിന് വലിയ സംഭാവനകൾ നല്കിയിട്ടുണ്ട്. മാധവി ക്കുട്ടി സ്വാതന്ത്ര്യം സ്വപ്നംകണ്ട ഒരു സ്ത്രീയാണ്. അവരുടെ മനസ്സ് ഒരു കവയിത്രിയുടെ മനസ്സാണ്. സർഗ്ഗാത്മകമായ പ്രശ്നങ്ങളാണ് അവ രുടേത്. അവർ സ്വപ്നം കാണുന്ന സ്വാതന്ത്ര്യത്തിനുപോലും പരിമിതി യുണ്ടായിരുന്നു. പക്ഷേ, സാധാരണ സ്ത്രീയുടെ സ്വപ്നം അതായിരു ന്നില്ല. മാധവിക്കുട്ടിയുടെ സ്വപ്നം മോശമായിരുന്നുവെന്നല്ല പറയുന്നത്. സ്ത്രീയെന്ന നിലയിൽ വല്ലാത്ത ഒരു ആർദ്രതയും സ്നേഹവും എല്ലാം സൂക്ഷിക്കുന്ന ആളാണ്. പ്രത്യയശാസ്ത്രങ്ങൾ അവരിലൂടെ കടന്നുപോ യിട്ടില്ല. അതവരുടെ പ്രശ്നമായിരുന്നില്ല. അവരുടെ എഴുത്തുപോലെ ത്തന്നെയായിരുന്നു മനസ്സും. ആദ്യകാലത്തൊക്കെ അവരുമായി ചെറിയ ബന്ധമുണ്ടായിരുന്നു. പിന്നീട് സാഹിത്യ അക്കാദമിയിൽ ചേർന്നശേഷം പതിവായി കാണാറുണ്ട്. കത്തുകളിലൂടെ ബന്ധപ്പെടാറുണ്ടായിരുന്നു. ഫോണിലൂടെ ബന്ധമുണ്ടായിരുന്നു. ആ സമയത്തൊക്കെ ഞാൻ ഒരു പാട് പ്രാവശ്യം അവരെ കാണുകയും സംസാരിക്കുകയും ചെയ്തിട്ടുണ്ട്. അവരുടെ അനുജനെപ്പോലെയുള്ള ഒരു എഴുത്തുകാരൻ, അവരേക്കാൾ ചെറിയ ഒരു എഴുത്തുകാരൻ അവരെ കാണാൻ വന്നപ്പോഴും അവർ പരിപ്പുവടയും ചായയും ഒക്കെ ഉണ്ടാക്കിവെച്ച് വളരെ സ്നേഹത്തോടെ സ്വീകരിക്കുന്നു. ചാനലുകാരെയൊക്കെ വിളിച്ച്, പത്രക്കാരെ ഒക്കെ വിളിച്ച് അത് ഒരു സംഭവമാക്കുന്നു. അന്നും അവർ പറഞ്ഞത് വ്യക്തിപ രമായ കാര്യങ്ങളായിരുന്നു. രാഷ്ട്രീയപ്രശ്നങ്ങളൊന്നുമല്ല. നിരാശയും സ്വപ്നങ്ങളും ദുഃഖങ്ങളും, ഇടയ്ക്കിടയ്ക്ക് ആഭരണങ്ങളെക്കുറിച്ച് എല്ലാ മായിരുന്നു സംസാരിച്ചിരുന്നത്. ഒരു ഫെമിനിസ്റ്റ് കാഴ്ചപ്പാടിലൂടെ അവരെ കാണാൻ കഴിയില്ല. അതിനുമപ്പുറത്തുള്ള ഒരു സ്ത്രീയാണവർ. സ്നേഹവും ആർദ്രതയും മുറ്റിയ ഒരു വലിയ എഴുത്തുകാരിയാണ് മാധ വിക്കുട്ടി.

സാഹിത്യവും മതവും

മതസാഹിത്യം നമുക്കാവശ്യമില്ല. ഹിന്ദു സാഹിത്യം, ക്രിസ്ത്യൻ സാഹിത്യം, മുസ്ലിം സാഹിത്യം എന്നിവ നമുക്ക് ആവശ്യമില്ല. സാഹി ത്യത്തിൽ മതം പ്രമേയമായി വരാം. ജാതി, മതം എന്നിവ വലിയ പ്രശ്ന ങ്ങളാണല്ലോ. 1950 കളിലൊക്കെ വലിയ സാമൂഹ്യ വിപ്ലവങ്ങളൊക്കെ നടന്നു. ജാതിയും മതവും ഒക്കെ നമ്മൾ മറന്നു പോകുന്നു. കമ്യൂണിസ്റ്റ് പ്രസ്ഥാനങ്ങളൊക്കെ കൊടുമ്പിരിക്കൊണ്ടിരുന്ന കാലത്ത് ഇവിടെ ജാതി,

മതം എന്നിവയ്ക്കൊന്നും വലിയ പ്രസക്തിയുണ്ടായിരുന്നില്ല. അക്കാ
ലത്ത് ഇതുപോലെയുള്ള പ്രശ്നം ഇവിടെ ഉണ്ടായിരുന്നില്ല. അതിനെ
യൊക്കെ മറികടക്കുന്ന വലിയ പ്രശ്നമായി ഇപ്പോഴാണ് ജാതിയും മത
വുമൊക്കെ വരുന്നത്. കുറെയൊക്കെ എനിക്കു തോന്നുന്നത് അധികാരം
നിലനിർത്താൻ, പിടിച്ചടക്കാൻ എന്തു കൂട്ടുകെട്ടിനും തയ്യാറാകുക
എന്നതിന്റെ ഭാഗമായിട്ടാണ് ജാതിയും മതവുമൊക്കെ ഇവിടെ കൂട്ടുപിടി
ക്കപ്പെടുന്നത്. രാഷ്ട്രീയം പ്രായോഗിക രാഷ്ട്രീയമായി മാറിയിരിക്കുന്നു.
നവോത്ഥാനത്തിന്റെ വെളിച്ചം കെട്ടുപോകാൻ കാരണം രാഷ്ട്രീയം
പ്രായോഗിക രാഷ്ട്രീയം മാത്രമായി മാറിയതുകൊണ്ടാണ്. ജാതിക്കളി
കൂടുതൽ ഉത്തരേന്ത്യയിലാണ്. അവിടെ രാഷ്ട്രീയമല്ല, ജാതിമണ്ഡല
ങ്ങളാണ്. പ്രത്യയശാസ്ത്രത്തിനൊന്നും ഒരു പ്രസക്തിയുമില്ല. വലി
യൊരു ജാതിയും ഉപജാതിയും മതവും ഒക്കെയാണ് തിരഞ്ഞെടുപ്പിൽ
വലിയ പങ്കുവഹിക്കുന്നത്. മതങ്ങൾക്കുള്ളിൽത്തന്നെ വേറെ മതങ്ങളു
ണ്ട്. ഇന്ത്യപോലെ വളരെ സങ്കീർണ്ണമായ ഒരു രാജ്യത്ത് തിരഞ്ഞെടുപ്പു
പ്രശ്നങ്ങൾ മനസ്സിലാക്കാൻ സൂപ്പർ കമ്പ്യൂട്ടർ തന്നെ വേണം. അത്രയും
സങ്കീർണ്ണമാണ്. കേരളം കുറേ ഭേദമാണ് എന്നു പറയാം. ജാതിയുടെ
കൈപിടിച്ച് അധികാരത്തിൽ വരാൻ ശ്രമിക്കുന്നവരുണ്ട്. പക്ഷേ, ഉത്ത
രേന്ത്യയിൽ സംഭവിക്കുന്ന തരത്തിൽ ഇവിടെയില്ല. പ്രായോഗിക
രാഷ്ട്രീയം ഇങ്ങനെ വരുകയാണെങ്കിൽ ഇത് ഇവിടെയും സംഭവിക്കും.
അങ്ങനെയാണ് ഇപ്പോൾ പോകുന്നത്. ഇവിടെ മലയാളിക്ക് ഒരു പ്രബു
ദ്ധതയുണ്ട്. പഴയ നവോത്ഥാനത്തിന്റെയൊക്കെ ഫലമായിരിക്കാം. നമ്മ
ളെത്രതന്നെ ജീർണ്ണിച്ചു കഴിഞ്ഞാലും ഒരു പരിമിതിയുണ്ട്. അതിനപ്പുറ
ത്തേക്ക് ജീർണ്ണിക്കാൻ നമുക്കു പറ്റില്ല. മൂല്യങ്ങൾ നിരസിക്കുമായിരിക്കും.
പക്ഷേ, അതിർവരമ്പ് ക്രോസ് ചെയ്യില്ല. അതാണ് മലയാളിയുടെ പ്രത്യേ
കത. ഏതായാലും സാഹിത്യത്തിലൊക്കെ ജാതി, മതം എന്നിവയുടെ
പ്രസക്തി പണ്ടത്തെപ്പോലെ ഉണ്ട് എന്ന് എനിക്കു തോന്നുന്നില്ല. കുറേ
മുന്നെ ഉണ്ടായിരുന്നു. സവർണ്ണരുടെ മാത്രം കൃതികൾ പ്രസിദ്ധീകരി
ക്കുക, സവർണ്ണ എഴുത്തുകാരെ വാഴ്ത്തുക എന്നിവയൊക്കെ ഉണ്ടായി
രുന്നു. കുറേ കാലം മുമ്പ് സാഹിത്യത്തിൽ ഈ ജാതിതിരിവ് ഉണ്ടായി
രുന്നു. പുരോഗമനസാഹിത്യമൊക്കെ വന്നശേഷം അതുപോയി.
എന്നിട്ടും ചില ഇടങ്ങളിലൊക്കെ ജാതിയുടെ പ്രശ്നങ്ങൾ ഉണ്ട്. ഞാൻ
അത് നേരിട്ടനുഭവിച്ചിട്ടുണ്ട്. ഞാനും വിജയനുമൊക്കെ എഴുതി പ്രശ
സ്തരായപ്പോൾ ഡൽഹിയിലെ ഒരു വേദിയിൽ ഞങ്ങൾ മൂന്നു നാലു
പേർ ഒരു കസേര ഇട്ട് ഇരിക്കുന്നു. എന്റെ അടുത്തിരിക്കുന്ന ഡൽഹി
യിൽ ഉള്ള ഒരാൾ പേർ ചോദിച്ചു. എം മുകുന്ദൻ, എന്നു ഞാൻ പറഞ്ഞു.
അതു മാത്രമാണോ എന്നു കുറച്ചു കഴിഞ്ഞപ്പോൾ അദ്ദേഹം ചോദിച്ചു
അച്ഛന്റെ പേരെന്താണ്? ഞാൻ എം കൃഷ്ണൻ എന്നു പറഞ്ഞു. കൃഷ്
ണൻ എന്നു മാത്രമാണോ? ജാതി അറിയാനാണ് അയാൾ ഇത് ചോദി
ക്കുന്നത്. എന്റെയും വിജയന്റെയുമൊക്കെ ജാതി അറിയാൻ കുറേ മിന

കെട്ടിരുന്നു. അത് എനിക്ക് നേരിട്ടനുഭവമുണ്ട്. ഇപ്പോഴതൊക്കെ പോയി. ഇപ്പോൾ രാഷ്ട്രീയത്തിലാണ് ഈ പ്രശ്നം. ദളിതരോടൊക്കെ നമ്മൾ നേരിട്ട് പെരുമാറുന്നു. റിട്ടയർ ചെയ്തു പോയപ്പോൾ ഒരു ദളിത് ഉദ്യോഗസ്ഥന്റെ കസേര ശുദ്ധികലശം നടത്തി. ഇപ്പോഴും ജാതിചിന്ത നമ്മളിൽ നിന്ന് പോയി എന്നു പറയാൻ പറ്റില്ല. ബീഹാറിലും മറ്റും സവർണ്ണ രോട് കയർത്തു സംസാരിക്കാൻ പാടില്ല. ഉത്തരേന്ത്യയിൽ പലപ്പോഴും കീഴ്ജാതിക്കാർ മുന്നിൽ വന്ന് അവകാശവാദം ഉന്നയിച്ചാൽ കഴുത്തു വെട്ടിക്കളയുന്ന രീതിയുണ്ട്. ഇപ്പോഴും ജാതി വലിയപ്രശ്നമാണ് അവിടെ. അതൊക്കെ വച്ചുനോക്കുമ്പോൾ മലയാളികൾ പ്രബുദ്ധരാണ്. അതിനുള്ള കാരണം നവോത്ഥാനം, ഇടതുപക്ഷത്തിന്റെ സ്വാധീനം, വിദ്യാഭ്യാസം, പൊതുവെ മലയാളിക്കുള്ള പ്രബുദ്ധത എന്നിവയാണ്. ജാതീയമായ വലിയ പീഡനങ്ങളൊന്നും നമുക്കില്ല.

പുരസ്കാരങ്ങളുടെ നാടാണ് നമ്മുടെ കേരളം. ഇന്ത്യയുടെ ഇതര സംസ്ഥാനങ്ങളിലെന്നല്ല, ലോകത്തൊരിടത്തും ഇത്രയധികം സാഹിത്യ പുരസ്കാരങ്ങൾ നിലവിലില്ലെന്നാണ് എന്റെ അറിവ്. പുരസ്കാരങ്ങളുടെ ഈ എണ്ണപ്പെരുപ്പം സൂചിപ്പിക്കുന്നത്, നമ്മൾ മലയാളികൾക്ക് സാഹിത്യത്തിലുള്ള താല്പര്യമാണ്. മലയാളികളെപ്പോലെ എഴുത്തു കാരെ നെഞ്ചിലേറ്റി നടക്കുന്ന ഒരു ജനത മറ്റെങ്ങുമില്ല. ഞാൻ ധാരാളം യാത്ര ചെയ്തിട്ടുണ്ട്. ഉത്തർപ്രദേശിൽ, ബംഗാളിൽ, ഹരിയാനയിൽ, ഫ്രാൻസിൽ, ഒരുപാടു രാജ്യങ്ങളിലൊക്കെ. പക്ഷേ, ഒരിക്കലും എഴു ത്തുകാരനെ ഇത്രയധികം സ്നേഹിക്കുന്ന മലയാളികളെപ്പോലെ ഒരു സമൂഹത്തെ ഞാൻ കണ്ടിട്ടില്ല. മുമ്പൊരിക്കൽ ഫ്രാൻസിൽ പോയപ്പോൾ സൊർബോൺ സർവ്വകലാശാലയിലെ - കേംബ്രിഡ്ജും ഓക്സ്ഫർഡും പോലുള്ള ഒന്നാണത്, ഒരു വിദ്യാർത്ഥിയോട് ഞാൻ ചോദിച്ചു- നിങ്ങൾ സാർത്രിനെ ഇന്ന് എങ്ങനെയാണ് കാണുന്നത്? അപ്പോൾ ആ കുട്ടി എന്റെ മുഖത്തു മിഴിച്ചുനോക്കുകയാണ് ചെയ്തത്. സൊർബോൺ സർവ്വകലാശായിൽ പഠിക്കുന്ന ഒരു കുട്ടിക്ക് സാർത്രിനെ അറിയില്ല! അപ്പോൾ വേറൊരു കുട്ടി പറഞ്ഞു, ഞാ, ഞാൻ വായിച്ചിട്ടുണ്ട്. ഞങ്ങളുടെ പാഠപുസ്തകത്തിലുണ്ട് എന്ന്. സാർത്രിനു ജന്മം കൊടുത്ത ഫ്രാൻ സിൽ ഇന്നത്തെ ചെറുപ്പക്കാർക്ക് സാർത്രിനെ അറിയാത്ത ഒരവസ്ഥ യാണ്. പക്ഷേ, സാർത്ര് കേരളത്തിലെ എല്ലാ വീട്ടിലും സുപരിചിത മായ പേരാണ്. ഇവിടെ എല്ലാവർക്കും സാർത്രിനെ അറിയാം. അതാണ് മലയാളി.

ഒരു പുരസ്കാരം കിട്ടണം എന്ന ഉദ്ദേശത്തോടുകൂടി എഴുതാൻ സാധിക്കില്ല. അങ്ങനെ എഴുതുന്നത് ശരിയുമല്ല. ജ്ഞാനപീഠംപോലൊരു പുരസ്കാരം കിട്ടണമെങ്കിൽ അതിന് ഒരു കെമിസ്ട്രിയുണ്ട്. അതിന് നിരന്തരം തന്ത്രങ്ങൾ വേണം. ചിലപ്പോൾ ഭാഗ്യംകൊണ്ട് കിട്ടിയേക്കാം. ഒരുപാട് കാര്യങ്ങളുണ്ട്. ഞാൻ അതിനെപ്പറ്റി ചിന്തിക്കാറില്ല. വലിയ പല എഴുത്തുകാർക്കും ജ്ഞാനപീഠം കിട്ടിയിട്ടില്ല. ഉറൂബിന് കിട്ടിയിട്ടില്ല

ബഷീറിനു കിട്ടിയിട്ടില്ല, ഒ വി വിജയന് കിട്ടിയിട്ടില്ല, പിന്നെയാണോ നമ്മ ളൊക്കെ. പലപ്പോഴും അതിന് നമ്മൾ ഒരുപാട് അദ്ധ്വാനിക്കേണ്ടിവരു ന്നു. കോൺടാക്റ്റുകൾ ഉണ്ടാക്കണം, തന്ത്രങ്ങൾ ആവിഷ്കരിക്കണം. എന്റെ അഭിപ്രായത്തിൽ എഴുത്തുകാരൻ അതിനുവേണ്ടിയൊന്നും മെന ക്കെടരുത് എന്നാണ്. ഇവിടെ നമ്മുടെ നാട്ടിൽ ഒരു വിശ്വാസമുണ്ട്. ജ്ഞാനപീഠം കിട്ടിയ എഴുത്തുകാർ മാത്രമാണ് വലിയ എഴുത്തുകാര നാകുന്നത് എന്ന്. അങ്ങനെയാണെങ്കിൽ ബഷീർ, വിജയൻ, ഉറൂബ് എന്നി വരെല്ലാം ചെറിയ എഴുത്തുകാരാണോ? ഒരവാർഡും മുമ്പിൽ കണ്ടു കൊണ്ട് നമുക്ക് എഴുതുവാൻ കഴിയില്ല. അങ്ങനെ ഒരു ലക്ഷ്യംവച്ചു കൊണ്ട് ഒരു നോവൽ എഴുതിയാൽ അത് ഒരു നല്ല നോവൽ ആയി വര ണമെന്നില്ല. അങ്ങനെ എനിക്കു പറ്റില്ല. ഉത്തരേന്ത്യയിൽ ഒരു എഴുത്തു കാരന് അല്പം പ്രശസ്തിയൊക്കെ ആയിക്കഴിഞ്ഞാൽ പിന്നീട് ഇത് കിട്ടണമെന്ന് വിചാരിച്ച് ലക്ഷ്യംവച്ച് പ്രവർത്തിക്കുന്നവരുണ്ട്. പുരസ്കാ രങ്ങൾ പലപ്പോഴും ആകസ്മികമായി വരുന്നതാണ്. മുൻകൂട്ടി പ്രവചി ക്കാൻ കഴിയില്ല. ഒരു എഴുത്തുകാരന്റെ ഏറ്റവും വലിയ അവാർഡ് വായ നക്കാരനാണ്. എഴുത്തുകാരന് കിട്ടുന്ന ഏറ്റവും വലിയ അംഗീകാരം വായനക്കാരാണ്. ഒരുപാട് വായനക്കാരുള്ള ഒരു എഴുത്തുകാരന് അതാണ് ഏറ്റവും വലിയ പുരസ്കാരം. വായനക്കാർ എഴുത്തുകാരെ ഉപേക്ഷിക്കുന്നിടത്ത്, അതിനെ എഴുത്തുകാരൻ ഭയപ്പെടണം. ലക്ഷക്ക ണക്കിന് വായനക്കാരുണ്ടെങ്കിൽ അതുതന്നെയാണ് വലിയ കാര്യം. വായ നക്കാരില്ലാതായിപ്പോകുന്ന കാലഘട്ടമാണ്, വായനക്കാരൻ എഴുത്തുകാ രനെ ഉപേക്ഷിക്കുന്ന കാലഘട്ടം, അതിനെയാണ് എഴുത്തുകാരൻ ഭയപ്പെ ടേണ്ടത്.

സാംസ്കാരികം

നവമലയാളിയുടെ ഉള്ളിൽ ഒരു അക്രമി ഒളിച്ചിരിപ്പുണ്ട്. സമൂഹ ത്തിന്റെ താഴേത്തട്ടിൽ കിടക്കുന്ന മലയാളിമുതൽ അഭ്യസ്തവിദ്യരായ മലയാളിവരെ ഉള്ളിൽ അക്രമാസക്തിയെ പരിചരിക്കുന്നു. മദ്യപരും മയക്കുമരുന്ന് അഡിക്റ്റുകളും അവസരം കിട്ടുമ്പോൾ കുട്ടികളുടെയും സ്ത്രീകളുടെയും കഴുത്തിൽ കത്തിവെക്കുന്നു.

എഴുത്തുകാർ വളരെ ജാഗ്രത പുലർത്തേണ്ട ഒരു കാലമാണിത്. സാമൂഹികനീതി, വിദ്യാഭ്യാസം, ആരോഗ്യം തുടങ്ങിയ മേഖലകളിൽ നാം വലിയ നേട്ടങ്ങൾ കൈവരിച്ചിട്ടുണ്ട്. എന്നാൽ ഈ നേട്ടങ്ങൾ ഒരു ജാലവിദ്യയിലൂടെ കൈവന്നതല്ല. കഴിഞ്ഞ ഒന്നരനൂറ്റാണ്ടായി നമ്മുടെ നാട്ടിലുണ്ടായ നവോത്ഥാനങ്ങളുടെയും സാമൂഹികവിപ്ലവങ്ങളുടെയും ഫലമാണത്. പല തലമുറകൾ നല്കിയ ആത്മബലിയുടെ ഫലമായി ഉണ്ടായതാണ് അതെല്ലാം. ശ്രീനാരായണഗുരുവും അയ്യൻകാളിയും മുതൽ ഇ എം എസ് വരെയുള്ള സാമൂഹികപരിഷ്കർത്താക്കളുടെ കഠി നാദ്ധ്വാനത്തിന്റെയും ത്യാഗങ്ങളുടെയും ഫലമായുണ്ടായതാണ്

അതെല്ലാം. പുരോഗതിയുടെ പാതയിലൂടെയുള്ള മലയാളി സമൂഹം.

മലയാളികൾക്ക് ഇന്നു ജീവിതം ഒരു വലിയ ആഘോഷമാണ്. എന്നാൽ ആഘോഷിക്കുവാൻ ഇവിടെ എന്തുണ്ട്. തൊഴിലില്ലായ്മ വർദ്ധിച്ചുവരുന്നു. ആത്മഹത്യകളുടെ എണ്ണം പെരുകുന്നു. ജാതിയുടെ പ്രേതങ്ങൾ തിരിച്ചുവരുന്നു. എന്നിട്ടും മുത്തുക്കുടകളും തെയ്യങ്ങളും തെരുവിലിറക്കി എന്താണ് നാം ആഘോഷിക്കുന്നത്? അതെനിക്കു മനസ്സിലാകുന്നില്ല. ഓർമ്മയിൽ പച്ചപിടിച്ചു നില്ക്കുന്ന ഒരു സ്വീകരണ മുണ്ട്. ഞാൻ കൊച്ചുകുട്ടിയായിരുന്നപ്പോൾ മയ്യഴി റെയിൽവേ സ്റ്റേഷ നിൽ കെ പി ആർ ഗോപാലനു നല്കിയ സ്വീകരണം. കൊലക്കയറിൽ നിന്നു രക്ഷപ്പെട്ടുവന്ന ആ വിപ്ലവകാരിക്ക് മയ്യഴി ജനത നല്കിയ ഒരു കൊച്ചുസ്വീകരണം. പിന്നീട് ഞാനൊരു കാഴ്ച കണ്ടു. ഇതേ ആളു കൾ ഒരു ബസിനു സ്വീകരണം നല്കുന്നു! പുതുതായി റോഡിലിറങ്ങിയ ഒരു ബസിന് നാട്ടുകാർ മാലയിട്ട് സ്വീകരണം നല്കുകയാണ്. എവിടെ കെ പി ആർ ഗോപാലൻ? എവിടെ വിപ്ലവം? എവിടെ ബസ്? ഇതാണ് ആഘോഷങ്ങളിൽ നമുക്കുള്ള ഭ്രാന്ത്.

സാഹിത്യത്തിലും ജീവിതത്തിലും എന്നും എനിക്ക് ഒരു കാഴ്ച പ്പാടുണ്ട്. ഞാൻ സ്വതന്ത്രനാണ്. അതെനിക്ക് എക്സിസ്റ്റൻഷ്യലിസ ത്തിൽനിന്നു കിട്ടിയ പാഠമാണ്. ഞാൻ എന്റെ വഴിയിൽക്കൂടെയേ പോകു കയുള്ളൂ. പക്ഷേ, ഞാൻ കാരണം ഒരു മനുഷ്യൻ ഒരുതുള്ളിക്കണ്ണീരു പോലും വീഴ്ത്താൻപാടില്ല എന്നുണ്ട്. ഇത് ജീവിതത്തിലും സാഹിത്യ ത്തിലും ഞാൻ ശ്രദ്ധിച്ചിട്ടുണ്ട്. നാളെയും എന്റെ ഉത്തരവാദിത്വം അങ്ങനെയാണ് ഞാൻ നിറവേറ്റുക.

ഞാൻ എന്നും ഇടതുപക്ഷ പ്രസ്ഥാനത്തിന്റെ ഒരു സഹയാത്രിക നാണ്. ഇന്നതിന് അല്പം ജീർണ്ണത സംഭവിച്ചിട്ടുണ്ടെങ്കിലും ഇടതുപക്ഷ മില്ലാത്ത ഒരു കേരളനാടിനെ എനിക്കു ഭാവനചെയ്യുവാൻപോലും കഴി യുന്നില്ല. കാരണം ഇടതുപക്ഷത്തിനു മാത്രമേ അധിനിവേശങ്ങളെ ചെറുത്തുനില്ക്കുവാൻ കഴിയു. പുരോഗമന ഇടതുപക്ഷാശയങ്ങൾ ഏതെങ്കിലും ഒരു പാർട്ടിയുടെ ലേബലിനുള്ളിൽ ഒതുങ്ങിക്കൂടാൻ പാടില്ല എന്നു ഞാൻ വിശ്വസിക്കുന്നു. പുരോഗമനപരമായി ചിന്തിക്കുന്നവർ കോൺഗ്രസ് പാർട്ടിയിലുമുണ്ട്. അങ്ങനെ ചിന്തിക്കുന്ന എല്ലാവരുടേയും എല്ലാ പാർട്ടികളുടേയും ഒരു വലിയ ഇടതുപക്ഷസമന്വയമാണ് നമ്മുടെ രാജ്യം ഇന്നു കാണുന്ന സ്വപ്നം. അത്തരം ഒരു സമന്വയത്തിനു മാത്രമേ ഇനിയുള്ള കാലം അധിനിവേശങ്ങളെയും വർഗ്ഗീയ ഫാസിസത്തെയും ചെറുത്തുനില്ക്കുവാൻ കഴിയുകയുള്ളൂ.

ഡൽഹിയിലുള്ള എഴുത്തുകാരുടെയും പത്രപ്രവർത്തകരുടെയും കൂട്ടായ്മകളിൽ ഞങ്ങളെല്ലാവരും മുമ്പ് ആഗ്രഹിച്ചിരുന്ന ഒന്നാണിത്. ഇവിടത്തെ ഇടതുപക്ഷ - പുരോഗമനശക്തികളുടെ സമന്വയം. ഒരു കുട ക്കീഴിൽ സന്ധിക്കൽ, അതിന്റെ ഒരു ഗ്രാൻഡ് അലയൻസ് ഉണ്ടാകൽ. ഇതുവരെയുള്ള രാഷ്ട്രീയ - പ്രത്യയശാസ്ത്ര സമവാക്യങ്ങൾ ഒരുക്കുട്ടി

റബ്ബർകൊണ്ടു മായ്ച്ചുകളയുമ്പോലെ മായ്ച്ചു കളയണം. ഒരു പുതിയ പാരാമീറ്റർ നമുക്കു സൃഷ്ടിക്കണം. എല്ലാ ഇടതുപക്ഷ - പുരോഗമന ശക്തികളുടെയും ഏകീകരണം. അതിനുമാത്രമേ ഇന്ത്യയെ രക്ഷിക്കാൻ കഴിയുകയുള്ളൂ. മത - ഫാസിസ്റ്റ് ശക്തികളുടെ ശബ്ദങ്ങൾ ഉറക്കത്തിൽ പ്പോലും നമ്മെ ശല്യം ചെയ്യുകയാണിപ്പോൾ. നിങ്ങൾ ഒരുപക്ഷേ, ഇവിടെ കേരളത്തിൽ ജീവിക്കുന്നവർ ഒരു മാറാടുമാത്രമേ കണ്ടിട്ടുള്ളൂ. പക്ഷേ, ഡൽഹിയിൽ ജീവിക്കുമ്പോൾ ഞങ്ങൾ ഫാസിസ ശബ്ദങ്ങൾ പേടി സ്വപ്നംപോലെ എപ്പോഴും പേറേണ്ടി വന്നിരിക്കുന്നു. എന്റെ കൺമുന്നിൽ കണ്ട ഒരു കാഴ്ച പറയാം. ഞാൻ ഓഫീസിലേക്കു പോകുന്ന, ഓഫീസ് നില്ക്കുന്ന, വഴിയിൽ, ലോധിറോഡിൽ, അഭയാർത്ഥികളുടെ ഒരു കോളനിയുണ്ട്. ഈ അഭയാർത്ഥികളെല്ലാം മുസ്ലീങ്ങളാണ്, പാവ ങ്ങളാണ്. പഷ്ണികിടക്കുന്നവരാണ്. ബംഗ്ലാദേശിൽ നിന്നു വന്നവരാണ്. ഞാൻ കാറുനിർത്തുമ്പോൾ കൊച്ചുപെൺകുട്ടികൾ വന്നു കൈനീട്ടു ന്നതു കാണാം. ദാരിദ്ര്യവും രോഗവും കഷ്ടപ്പാടുമാണ് അവർക്ക്. ഒരു ദിവസം ഞാൻ അവിടെ കാറുനിർത്തുമ്പോൾ ഈ കോളനി അവിടെ യില്ല. എന്നും ഭിക്ഷ ചോദിക്കുന്ന കുട്ടികളെ അവിടെ കാണാനില്ല. വഴിവക്കിലിരിക്കുന്ന യാചകരെ കാണാനില്ല. വൃദ്ധരെയും സ്ത്രീ കളെയും കാണാനില്ല. കുടിലുകളും പോയിരിക്കുന്നു. എവിടെപ്പോയി അവർ? അവർ എവിടെയാണുള്ളത്? ആരും ആ ചോദ്യം ചോദിച്ചില്ല. ഒരു രാത്രിയിൽ മുസ്ലീം വിരുദ്ധർ അവരെ അവിടെനിന്നു നിഷ്കാസനം ചെയ്തു. അവരുടെ കുടിലുകൾ പൊളിക്കുകയും അവരെ എവിടേക്കോ ആട്ടിയോടിക്കുകയും ചെയ്തു. എനിക്കറിയില്ല. ആർക്കും അറിയില്ല. ഇങ്ങനെയുള്ള ഒരുപാടനുഭവങ്ങൾ ഡൽഹിയിൽ ജീവിക്കുന്ന ഞങ്ങൾ ക്കുണ്ട്. മതഫാസിസത്തിന്റെ ഭീകരതയെ തടഞ്ഞുനിർത്താൻ നാം ഒരു ഗ്രാൻഡ് അലയൻസ് ഉണ്ടാക്കിയേ തീരൂ. കുറേക്കാലമായി നമ്മുടെ മനസ്സിലുള്ള നന്മകൾ കളയരുത്. അല്ലെങ്കിൽ നമ്മുടെ രാജ്യത്തിന്റെ ഭാവി അപകടത്തിലാവും. ഞാൻ രാഷ്ട്രീയവിഷയങ്ങളിൽ ഒരു വിദഗ്ധ നല്ല. പക്ഷേ, ഞാൻ കണ്ടറിഞ്ഞ കാര്യങ്ങൾ ഇങ്ങനെയൊക്കെയാണ്.

പുതിയ സാഹിത്യം

ചെറുപ്പക്കാരും ചെറുപ്പക്കാരികളും ഗംഭീരമായി എഴുതുകയാണ്. നോവലും കഥയും തിളങ്ങുകയാണ്. അവരുമായി ഞാൻ സൗഹൃദത്തി ലാണ്. അവരെ ഞാൻ അനുഗ്രഹിക്കാറുണ്ട്. സുഭാഷ് ചന്ദ്രൻ അഹങ്കാ രിയാണെന്നാണ് പലരും എന്നോടു പറഞ്ഞത്. അങ്ങനെയൊന്നും എനിക്കു തോന്നിയിട്ടില്ല. മുഖത്തു മാത്രമേ ഗൗരവമുള്ളൂ. നമ്മൾ അടു ക്കുമ്പോൾ അറിയാതെ നമ്മൾ സുഭാഷിനെ സ്നേഹിച്ചുപോകും. എം ടിയും അങ്ങനെയാണല്ലോ. ബെന്യാമിനും ഉള്ളിൽ ഒരുപാട് സ്നേഹവും നന്മയുമുള്ള ആളാണ്. ഒരബദ്ധം കാണിച്ചുവെന്നു മാത്രം. വിമർശകരെ അടക്കി വിമർശിച്ചു.

എനിക്ക് പ്രായമായി. ഇനി എനിക്ക് കാര്യമായി ഒന്നും എഴുതാൻ കഴിയില്ല. അങ്ങനെയുള്ള ചിന്തകളാണ് എന്റെ തലയിൽ. എന്നിട്ടും ഞാൻ *കുട നന്നാക്കുന്ന ചോയിയും നൃത്തം ചെയ്യുന്ന കുടകളും* എഴുതി. എനിക്കു തോന്നുന്നത്, അല്പം കൂടി സർഗ്ഗാത്മകത എന്റെ ഉള്ളിൽബാക്കിയിരിപ്പുണ്ട് എന്നാണ്. സുഭാഷ് ചന്ദ്രന്റെയും ടി ഡി രാമ കൃഷ്ണന്റെയും ടി പി രാജീവന്റെയും നോവലുകളോടൊപ്പം *കുട നന്നാ ക്കുന്ന ചോയിയും* ആളുകൾ വായിക്കുന്നു. എനിക്ക് ഒരുപാട് സന്തോഷം തോന്നുന്നു..

ആഗോളവല്ക്കരണത്തെ നമ്മുടെ ചെറിയ പ്രാദേശിക സംസ്കാരം കൊണ്ട് പ്രതിരോധിക്കുവാൻ കഴിയുമെന്ന് ഞാൻ വിശ്വസിക്കുന്നു. ആ ദിശയിലുള്ള ഒരു പരിശ്രമമാണ് *കുട നന്നാക്കുന്ന ചോയി.* ആഗോള വല്ക്കരണത്തെ പ്രതിരോധിക്കണമെങ്കിൽ നമ്മൾ നമ്മുടെ നാട്ടു ഭാഷയും ഭക്ഷണരീതിയുമെല്ലാം നഷ്ടപ്പെടാതെ നോക്കേണ്ടതുണ്ട്. നോവലിന്റെ അവസാനം ഫാസിസത്തിന്റെ അടുത്തടുത്തുവരുന്ന

കാലൊച്ചകളെക്കുറിച്ച് വായനക്കാരെ ഓർമ്മിപ്പിക്കാനും ഞാൻ ശ്രമിച്ചി
ട്ടുണ്ട്.

ഇപ്പോൾ ഞാൻ ഒരു പുതിയ നോവലിനെക്കുറിച്ച് ആലോചിക്കുക
യാണ്. ഉത്തര കേരളത്തിലെ സമരങ്ങളുടെയും പോരാട്ടങ്ങളുടെയും
കഥ. കഥാപാത്രങ്ങളും ഭൂമികയും തെളിഞ്ഞുവരുന്നുണ്ട്. ചില നോവ
ലുകളും കഥകളുമൊക്കെ മനസ്സിൽ ജനിച്ച് അവിടെ കുറച്ചുകാലം കല
ഹിച്ച് കാത്തിരിക്കും. അവസാനം ഒരു ദിവസം ഒരിക്കലും എഴുതപ്പെ
ടാതെ എന്നെന്നേക്കുമായി മാഞ്ഞുപോകുകയും ചെയ്യും. എഴുതാൻ
ആഗ്രഹിക്കുന്ന ഈ പുതിയ നോവലിനും അങ്ങനെ ഒരു ദുർവ്വിധിയു
ണ്ടാകുമോ? പ്രായത്തിന്റെ പരാധീനതകളെ മറികടന്ന് ഞാനത് എഴുതി
യെന്നും വരാം.

മയ്യഴി പശ്ചാത്തലമായുള്ള എന്റെ മൂന്നാമത്തെ നോവലാണ് *കുട
നന്നാക്കുന്ന ചോയി.* ഏറെ സാമൂഹ്യപ്രാധാന്യമുള്ള ഈ നോവലിന്റെ
ബീജാവാപം നടന്നത് എങ്ങനെയെന്ന് കൃത്യമായി പറയാൻ കഴിയില്ല.
എന്റെ കുട്ടിക്കാലത്ത് വീടിന്റെ അരികിൽ ഒരു കുട നന്നാക്കുന്ന ചോയി
യച്ചൻ ഉണ്ടായിരുന്നു. മഴക്കാലത്ത് പുരയിലെ കോലായിൽ ഇരുന്ന്
ചോയിയച്ചൻ എപ്പോഴും കുട നന്നാക്കുന്നത് കാണാം. ഞാനും അവിടെ
ചെന്ന് കുട നന്നാക്കാൻ കൊടുത്തിട്ടുണ്ട്. വേനൽക്കാലത്ത് ചോയിയ
ച്ചന് പണിയുണ്ടാകില്ല. പുരയിൽ പട്ടിണിയായിരിക്കും. കുട്ടിക്കാലത്ത്
മയ്യഴിയിൽ ഞാൻ കണ്ടതായ പല മനുഷ്യമാതൃകകളെയും നോവലിൽ
പുനരുജ്ജീവിപ്പിക്കുവാൻ ഞാൻ ശ്രമിച്ചിട്ടുണ്ട്. ചോയിച്ചൻ അവരിൽ
ഒരാളാണ്. ജീവിച്ചിരുന്ന തടിച്ച് വലിയ ശരീരമുള്ള ക്ലമന്റ് സായിവിൽ
നിന്നാണ് *ദൈവത്തിന്റെ വികൃതികളിലെ* അൽഫോൻസച്ചൻ ഉണ്ടായത്.

യുക്തിവാദിയായ മാധവനെ പിന്നീട് കടുത്ത ഈശ്വരവിശ്വാസിയാ
യിട്ടാണല്ലോ ഞാൻ *കുട നന്നാക്കുന്ന ചോയിയിൽ* ചിത്രീകരിച്ചിട്ടുള്ളത്.
ഈ പരിവർത്തനത്തിലൂടെ ഞാൻ പറയാൻ ഉദ്ദേശിക്കുന്നത് ഇതാണ്.
സംഘപരിവാറിന്റെ നിരന്തരമായ പ്രചാരവേലകൾ കേരളത്തിൽ ഫലം
കണ്ടുതുടങ്ങിയിട്ടുണ്ട്. ഹൈന്ദവ ക്ഷേത്രങ്ങൾ ഇന്ന് സമ്പന്നമാണ്.
ജീർണ്ണിച്ച, ഉപേക്ഷിക്കപ്പെട്ട പല ക്ഷേത്രങ്ങളും പുനരുദ്ധരിക്കപ്പെട്ടിരി
ക്കുന്നു. ഈ തന്ത്രപരമായ പ്രചാരവേലകളിൽ ആദ്യം ഇരകളായി മാറു
ന്നത് നിഷ്കളങ്കരായ യുവാക്കളാണ്. മാധവൻ അവരിൽ ഒരാളാണ്.
അതുകൊണ്ട് നമ്മുടെ യുവത്വത്തിന്റെ കാര്യത്തിൽ നമ്മൾ അതീവ
ജാഗ്രത പാലിക്കേണ്ടതുണ്ട്.

കുട നന്നാക്കുന്ന ചോയിയിലെ രാഷ്ട്രീയം എന്താണെന്ന് ഞാൻ
പറയുന്നില്ല. നോവലിസ്റ്റ് എല്ലാം വെളിപ്പെടുത്തുവാൻ പാടില്ല. അത് വായ
നക്കാർ കണ്ടെത്തട്ടെ.

മയ്യഴിപ്പുഴയുടെ തീരങ്ങളിൽ മയ്യഴിയുടെ വിമോചനസമരമാണ് പറ
യുന്നത്. *ദൈവത്തിന്റെ വികൃതികളിൽ* ഫ്രഞ്ചുകാർ മയ്യഴിവിട്ടുപോയ
തിനുശേഷമുള്ള മയ്യഴിയുടെ ജീവിതവും. *കുട നന്നാക്കുന്ന ചോയിയിൽ*

മയ്യഴിയുടെ ഇന്നത്തെ സാമൂഹ്യാവസ്ഥകൾ പ്രതിഫലിച്ചു കാണു ന്നില്ലെന്ന് ചിലർ പറയുന്നു. കുട നന്നാക്കുന്ന ചോയിയിലെ കാലം അൻ പതുകളാണ്. ആ കാലം നോവലിൽ പ്രതിഫലിച്ചിട്ടുണ്ട്. അന്നത്തെ വസ്ത്രധാരണം, ഭക്ഷണം, ഭാഷ... ഒക്കെ ചെറിയ തോതിലാണെങ്കിലും അതിലുണ്ട്. ഇന്നത്തെ ഇരുണ്ട, മദ്യത്തിന്റെ രൂക്ഷഗന്ധമുള്ള, ക്വട്ടേഷൻ സംഘവും കോഴിക്കടത്തുകാരും വിഹരിക്കുന്ന മയ്യഴി മറ്റൊരു നോവ ലിനുള്ള വിഷയമാണ്. ആ നോവൽ ആരെങ്കിലും എഴുതാതിരിക്കില്ല.

കേരളം ഭാവിയിൽ രൂപപ്പെട്ടുവരുന്നത് എങ്ങനെയാണെന്ന് നാം ആശങ്കപ്പെടുന്നു. ഒരെഴുത്തുകാരൻ എന്ന നിലയിൽ മാത്രമല്ല ഒരു സാധാ രണ മലയാളിയെന്ന നിലയിലും കേരളത്തിന്റെ ഭാവിയെക്കുറിച്ച് ധാരാളം ആശങ്കകളുണ്ട്. വിദ്യാഭ്യാസം, ആരോഗ്യം തുടങ്ങിയ മേഖലകളിൽ ഉയർന്ന നിലവാരം നാം കൈവരിച്ചിട്ടുണ്ടെന്ന് പറയപ്പെടുന്നു. എന്നാൽ അത് പരസ്യങ്ങളിൽ മാത്രം കാണുന്നതാണ്. ഇപ്പോഴും ഡിഗ്രികൾ ഉല്പാദിപ്പിക്കുന്ന ഒരു ഫാക്ടറിയാണ് നമ്മുടെ നാട്ടിൽ വിദ്യാഭ്യാസം. ഈ ഡിഗ്രികൾക്കൊണ്ട് ഒരുപയോഗവുമില്ലന്നതാണ് സത്യം. അനുദിനം തകർന്നുവീഴുന്ന നമ്മുടെ സമ്പദ്‌വ്യവസ്ഥയെ താല്ക്കാലികമായെങ്കിലും രക്ഷിച്ചത് ബിരുദങ്ങളും ബിരുദാനന്തരബിരുദവും നേടിയ വിദ്യാസമ്പ ന്നരല്ല. ഡ്രൈവർമാരേയും ആശാരിമാരേയും പ്ലംബർമാരേയുംപോലുള്ള സാധാരണക്കാരും തൊഴിലാളികളുമാണ്. അവരാണ് ഗൾഫിൽപോയി കൊടുംചൂടിൽ കൺസ്ട്രക്ഷൻ സൈറ്റിൽ പണിയെടുത്തും നിരത്തുകൾ തൂത്തുവാരിയും നമ്മുടെ നാട്ടുമ്പുറങ്ങളേയും നഗരങ്ങളേയും സമ്പന്ന മാക്കിയത്. ഇന്ന് എഞ്ചിനീയർമാരേയും ഐ ടി വിദഗ്ദ്ധന്മാരേയും പോലുള്ള പ്രൊഫഷണലുകളും ഗൾഫിൽപോയി ഉന്നതമായ ജോലി കൾ നോക്കുന്നുണ്ട്. എന്നാൽ അവരുടെ എണ്ണം വളരെ കുറവാണ്. ഐ എ എസ് പോലുള്ള മത്സരപ്പരീക്ഷകളിൽ മലയാളികൾ ഇപ്പോൾ ജയി ക്കുന്നില്ല. ആരെങ്കിലും ജയിക്കുന്നുണ്ടെങ്കിൽ ഡൽഹിപോലുള്ള നഗര ങ്ങളിൽ പഠിച്ചുവളർന്ന മലയാളികളായിരിക്കും അവരിൽ ഏറെയും.

വികസനത്തിന്റെ കാര്യത്തിൽ നാം വളരെ പിറകോട്ടാണ്. അടുത്ത കാലംവരെ ചെളിവെള്ളത്തിൽ എരുമകളെ മേയ്ച്ചു നടന്നവരുടെ നാടാ യിരുന്നു ഹരിയാന. ഇന്ന് അവിടുത്തെ ഗുഡ്ഗാവ് അമേരിക്കയെ അതി ശയിക്കുന്ന ഒരു ആധുനികനഗരമായി മാറിയിരിക്കുന്നു. കൃഷിക്കാരു ടെയും വിദ്യാഭ്യാസമില്ലാത്തവരുടെയും നാടായിരുന്ന ഹരിയാനയ്ക്ക് കൈവരിക്കാൻ കഴിഞ്ഞ വികസനംപോലും നമുക്ക് കൈവരിക്കാൻ കഴി ഞ്ഞിട്ടില്ല.

മലയാളിയുടെ ബോധമനസ്സ് മതമൗലികതയുടെയും കടുത്തയാഥാ സ്ഥിതികതയുടെയും കോളനിയായി മാറിയിരിക്കുകയാണ്. ഒരുകാലം യാഥാസ്ഥിതികതയുടെ സൃഷ്ടിയായിരുന്നു മതമൗലികവാദം. അതു രണ്ടും ഒന്നിച്ചു പോകുന്നതായിരുന്നു. ഇന്നത്തെ മതമൗലികവാദം യാഥാ സ്ഥിതികതയുടെ സൃഷ്ടിയല്ല. മനുഷ്യരാശിക്കാകെ ഒരുഭീഷണിയായി

മാറിയിരിക്കുന്ന ഇസ്ലാം മൗലികവാദം ശാസ്ത്രസാങ്കേതിക വിദ്യയുടെ സൃഷ്ടിയാണ്. ആ മൗലികവാദം വളർന്നതും ശാസ്ത്രസാങ്കേതിക വിദ്യ യുടെ സഹായത്തോടെയാണ്. പിന്നെ മലയാളിയുടെ ബോധമനസ്സ് മത മൗലികവാദത്തിന്റെ കോളനിയാണെന്നു ഞാൻ വിശ്വസിക്കുന്നില്ല. ഇസ്ലാം മൗലികവാദത്തിനോ ഹൈന്ദവമൗലികവാദത്തിനോ കേരളത്തിൽ വളരുവാൻ സാധിക്കുകയില്ല. ദാരിദ്ര്യവും തൊഴിലില്ലായ്മയും ഉണ്ടെ ങ്കിലും മലയാളിയുടെ മനസ്സ് ഇന്നും പ്രബുദ്ധമാണ്. ഈ പ്രബുദ്ധത എല്ലാത്തരത്തിലുമുള്ള മതശക്തികളേയും പ്രതിരോധിക്കുവാനുള്ള ശക്തിയാർജ്ജിച്ചിട്ടുണ്ട്. കാലഹരണപ്പെട്ട മുദ്രാവാക്യങ്ങളും രാഷ്ട്രീയ ശൈലികളും ഉപേക്ഷിക്കുവാൻ സമയമായിരിക്കുന്നു. ലോകത്തുണ്ടാ വുന്ന വലിയ മാറ്റങ്ങളെ തിരിച്ചറിഞ്ഞ് ഒരു പുതിയ കാഴ്ച, ഒരു പുതിയ നോട്ടം നാം വളർത്തിയെടുക്കേണ്ടതുണ്ട്. മാറ്റങ്ങളുടെ നാടായിരുന്നു നമ്മുടെ കേരളം. എന്നാൽ ഇന്ന് മാറ്റങ്ങളെ തടഞ്ഞു നിർത്തുവാനാണ് നാം ശ്രമിക്കുന്നത്. മാറ്റങ്ങളെ ഇവിടെയുള്ളവർ ഭയപ്പെടുന്നു.

ലോകത്തുണ്ടാകുന്ന മാറ്റങ്ങൾ നമ്മുടെ ജീവിതരീതികളിലും ഭാഷ യിലും ആഴത്തിൽ പ്രതിഫലിച്ചു തുടങ്ങിയിരിക്കുന്നു. നമ്മുടെ നാടിന്റെ യുവത്വം മാമൂലുകളെ കുടഞ്ഞു തെറിപ്പിക്കുകയാണ്. ഉദാഹരണമായി സിനിമയിലെ ജോടികൾ സംസാരിക്കുന്ന ഭാഷ ശ്രദ്ധിക്കുക. പണ്ട് ഷീല പ്രേംനസീറിനെ സംബോധന ചെയ്തത് 'അങ്ങ്' എന്നാണ്. ഷീല പ്രേംന സീറിനോടു പറഞ്ഞത് 'അങ്ങയെക്കൂടാതെ എനിക്കൊരു ജീവിതമില്ല' എന്നാണ്. അത് മാറിയിരിക്കുന്നു. ഇന്ന് നായിക നായകനെ എടാ എന്ന് വിളിക്കുന്നു. മാറിക്കൊണ്ടിരിക്കുന്ന ലോകത്തിന്റെ കാഴ്ചയും ഭാഷയു മാണ് യുവത്വം ആവശ്യപ്പെടുന്നത്. എഴുത്തുകാരിൽനിന്ന് അതു കിട്ടാതെ വരുമ്പോൾ അവർ സിനിമയിലേക്കും ടെലിവിഷനിലേക്കും പോകുന്നു. സിനിമയെയും ടി വിയെയും കുറ്റം പറഞ്ഞിട്ടു കാര്യമില്ല. ചെറുപ്പക്കാരുടെ ഭാഷ ഇപ്പോ സിനിമയിലാണുള്ളത്. എഴുത്തുകാർ പരാജയപ്പെടുന്നത് ഇവിടെയാണ്. നമ്മുടെ എഴുത്തുകാർ ഒന്നുകിൽ സൈദ്ധാന്തികതയുടെ തടവറയിലാണ്. അല്ലെങ്കിൽ വിവാദങ്ങളിൽ കുടു ങ്ങിക്കിടക്കുകയാണ്. നമ്മുടെ സംസ്കാരവും പാരമ്പര്യങ്ങളും സമ്പദ് വ്യവസ്ഥയും ഭീഷണിയെ നേരിടുമ്പോൾ തികച്ചും ഉപരിപ്ലവമായാണ് നമ്മുടെ എഴുത്തുകാർ, നമ്മുടെ ബുദ്ധിജീവികൾ പ്രതികരിക്കുന്നത്. കൂട്ടായ്മ നടത്തി കാലഹരണപ്പെട്ട മുദ്രാവാക്യങ്ങൾ മുഴക്കിയും സാംസ്കാരികഘോഷയാത്രകൾ നടത്തിയും നാം സംതൃപ്തരാകുന്നു. ബാഹ്യവൽക്കരണം ഒരു ശാപംപോലെ നമ്മെ പിന്തുടരുന്നു. ആഴങ്ങളി ലേക്കുള്ള സഞ്ചാരപഥങ്ങൾ നാം മറന്നുപോയിരിക്കുന്നു.

സത്യസന്ധതയും പ്രതിബദ്ധതയുമുള്ള ഒരു എഴുത്തുകാരൻ എന്ന നിലയിൽ അറിയപ്പെടുവാനാണ് ഞാൻ ആഗ്രഹിക്കുന്നത്. ഞാനല്ല എന്റെ സാഹിത്യത്തെ വിലയിരുത്തേണ്ടത്, അത് വായനക്കാരും സാഹിത്യ വിമർശകരും വിലയിരുത്തേണ്ടതല്ലേ? കാലമാണ് അത് നിശ്ചയിക്കുക.

ഞാൻ ഒരു ചെറിയ ഭാഷയിലെ അതിലും ചെറുതായ ഒരു എഴുത്തു കാരനാണ്. വലിയ അവകാശവാദങ്ങളൊന്നും എനിക്കില്ല. എന്റെ ചെറിയ ബുദ്ധിയും ഭാവനയും ഉപയോഗിച്ച് എന്നെക്കൊണ്ട് കഴിയുന്ന വിധം ഞാനെഴുതുന്നു. ചിലർ എന്റെ രചനകളെ തമസ്കരിച്ചെന്നുവരാം. ചിലർ വാനോളം പുകഴ്ത്തിയെന്നും വരാം. അതൊക്കെ ഒരു എഴുത്തുകാരന്റെ നിയോഗമാണ്.

എഴുതുവാൻ ഇനിയും ഒരുപാട് ബാക്കിയുണ്ട്. ജീവിതം ചെറു താണ്. ലോകം വളരെ വലുതും. കാലം കടന്നുപോകവെ ശരീരം ക്ഷീണിക്കുന്നു. മനസ്സ് ഇപ്പോഴും സ്വപ്നം കാണുകയും ചെയ്യുന്നു. ഭാവ നയ്ക്കും സ്വപ്നങ്ങൾക്കും ഒരു ക്ഷീണവുമില്ല. ഇതേ കാര്യം എം ടിയും ഒരിക്കൽ പറഞ്ഞിട്ടുണ്ട്. എല്ലാ എഴുത്തുകാരും ഒരിക്കൽ അനുഭവി ക്കേണ്ടിവരുന്ന ഒരവസ്ഥയാണ് ഇത്.

ജീവിതത്തിലെ ആദ്യത്തെ കുറച്ച് വർഷങ്ങളാണ് നമ്മളെ ഉണ്ടാ ക്കുന്നത്. എവിടെയാണ് നമ്മൾ ജനിച്ചത്? എവിടെയാണ് നമ്മൾ വളർ ന്നത്? അതാണ് നമ്മൾ. പിന്നീട് നമ്മൾ പറിച്ചുനടപ്പെടുകയാണ് ചെയ്യു ന്നത്. അതുകൊണ്ട് എവിടെയൊക്കെ പോയാലും എന്തൊക്കെ ചെയ് താലും വിദൂരമായൊരു വിളിയുണ്ട്. നമ്മുടെ ജന്മനാടിന്റെ വിളി. ആ ഒരു വിളി, അതിൽനിന്ന് എനിക്ക് രക്ഷപ്പെടാൻ പറ്റിയിട്ടില്ല.....

കഥകൾ

നിത്യദാഹം

ആകാശം കരുവാളിച്ചിരുന്ന ഒരു നട്ടുച്ചയ്ക്ക് അവളെ കാത്തു കൊണ്ട് അയാൾ ഇരുന്നു.- വെള്ളം വറ്റിയ ഒരു കനാലിന്റെ തീരത്ത്.

അവർ സമ്മേളിക്കുന്ന സമയമായിരുന്നു അത്. പ്രകാശന് തന്റെ വേദനയുടെ ഭാരം ഇറക്കിവെക്കാനുള്ള സ്ഥലം.

കനാലിൽ ഇന്നലെ വരെ വെള്ളമുണ്ടായിരുന്നു. നേർത്ത സംഗീതം പുറപ്പെടുവിച്ചുകൊണ്ട് അത് ഒഴുകിക്കൊണ്ടേയിരുന്നു. ഈ ജലം എങ്ങോട്ടേയ്ക്കാണൊഴുകുന്നത്? ഏത് സമുദ്രയോനിയിലാണിതിന്റെ വിലയനം?

പ്രകാശന് അറിയില്ല. അയാൾക്ക് ഒന്നുമാത്രം അറിയാം–

ഈ കനാലിന്റെ തീരത്താണ് ഞാൻ അവളെ സന്ധിക്കാറുള്ളത്. ഇവിടമാണ് എന്നെ ജീവിപ്പിക്കുന്നത്.

കനാൽ നാലു നൂറ്റാണ്ടിനു മുൻപ് ഏതോ ഒരു രാജാവ് പണി ചെയ്യിപ്പിച്ചതാണ്. അതിന്റെ മുകളിൽ ആർച്ച് പോലെ കിടക്കുന്ന ഒരു പാലവുമുണ്ട്. കാലപ്പഴക്കം ചെന്ന കരിങ്കല്ല് പാളികളിൽ കടന്നുപോയ ളതുക്കൾ നഖക്ഷതമേല്പിച്ചിരുന്നു. ഉണങ്ങിയ ജീവബീജംപോലെ പൂപ്പ് പടർന്നുകിടന്നിരുന്നു.

"കരിങ്കല്ലിലെ ആ ലിപികൾ എനിക്ക് വായിക്കാൻ കഴിഞ്ഞു വെങ്കിൽ."

പരിചയപ്പെട്ട ദിവസം അവൾ പറഞ്ഞു. അവൾ പാലത്തിന്റെ മുക ളിൽ നില്ക്കുകയായിരുന്നു. പ്രകാശൻ താഴെ കനാലിന്റെ വക്കിലും. വെള്ളത്തിന് പതിവില്ലാത്ത വിധം തെളിവുണ്ടായിരുന്നു. അടിയിലെ നീലിച്ച പാറക്കല്ലുകൾ വ്യക്തമായി കാണാമായിരുന്നു.

വെള്ളത്തിൽ, വെളുത്ത സാരിയുടുത്ത് മുടിയഴിച്ചിട്ടു നില്ക്കുന്ന

അവളുടെ പ്രതിഫലനം.

അവൾ പാലത്തിന്റെ മുകളിൽനിന്നുകൊണ്ട് ഒരു ചെറിയ കല്ലെ ടുത്തു കനാലിൽ എറിഞ്ഞു. ജലം ഒരു കണ്ണാടിച്ചില്ലുപോലെ പൊട്ടിത്ത കർന്നു. അവളുടെ തലമുടിയുടെ കറുപ്പും സാരിയുടെ വെളുപ്പും ഉരുകി ച്ചേരുകയും.

അയാൾക്ക് ദുഃഖം തോന്നി.

അവൾ ഒരു മൂളിപ്പാട്ടും പാടിക്കൊണ്ട് പാലത്തിന്മേൽനിന്നു താഴെ ഇറങ്ങിവന്നു. പകുതി മുടി മാറിൽ വീണുകിടന്നിരുന്നു. പകുതി പിറ കിലും. അവൾ അയാളുടെ അരികിൽ ഇരുന്നു.

"നിന്റെ കൈനഖങ്ങൾ..."

"ഉം? എന്താണെന്റെ നഖങ്ങൾക്ക്?" കൗതുകത്തോടെ അവൾ താടി ഉയർത്തി.

"പ്ലീസ് സ്ക്രാച്ച് മൈ ബാക്ക് പ്ലീസ്...."

പെട്ടെന്ന് താനെന്താണ് പറഞ്ഞത് എന്ന് പ്രകാശന് ബോധം വന്നു. ലജ്ജയാൽ അവളുടെ മുഖം ചുകന്നു. പരിചയപ്പെട്ടിട്ട് ഇരുപത്തിനാല് മണിക്കൂറുകൾ തികഞ്ഞിട്ടില്ല. ഏതോ ഒരു പെൺകുട്ടി പേരുപോലും അറിയില്ല. പരിചയം തുടങ്ങുന്നതിനുമുമ്പ് താൻ ആ പരിചയം തകർ ക്കുവാൻ നോക്കുകയാണോ?

"ക്ഷമിക്കൂ.."

അവളുടെ മുഖത്ത് നോക്കുവാൻ ധൈര്യമില്ലാത്ത ഒരു കുട്ടിയെ പ്പോലെ അയാൾ ചൂളിയിരുന്നു. അപ്പോഴും അയാളുടെ കണ്ണുകൾ അവ ളുടെ കൈനഖങ്ങളിലായിരുന്നു. ചെത്തി പാകപ്പെടുത്തിയ, അടിയിലെ ചോരയോട്ടം വ്യക്തമാക്കുന്ന നഖങ്ങൾ– കാലാകാലമായി ഞാൻ തേടി നടക്കുന്ന ദാഹജലം.

പ്രകാശിന്റെ നെഞ്ച് തുടികൊട്ടി.

"എന്താണെന്റെ നഖങ്ങൾക്ക് നിങ്ങൾ കാണുന്ന പ്രത്യേകത? എല്ലാവരുടേയും നഖങ്ങൾ പോലെയല്ലേ എന്റേത്?"

അവൾ തന്റെ കൈനഖങ്ങൾ തിരിച്ചും മറിച്ചും നോക്കിയിരുന്നു. ഒരത്ഭുതത്തെ അന്വേഷിച്ചെന്നപോലെ.

"അയാം സോ സോറി."

അവൾക്ക് ചിരിക്കുവാനല്ലാതെ മറ്റൊന്നും കഴിഞ്ഞില്ല. എന്തൊരു വിചിത്രജീവി. പരിചയപ്പെട്ടപ്പോൾ പലരും പലതും പറയുകയുണ്ടായി. ഒരിക്കൽ ഒരുത്തൻ.

"കേൻ ഐ ഹാവ് എ ഗോ വിത്ത് യൂ" എന്നുപോലും ചോദിച്ചു. അപ്പോഴൊന്നും അവൾ നൊമ്പരപ്പെട്ടില്ല. പക്ഷേ, തന്റെ പുറം ഒന്നു ചൊറിഞ്ഞു കൊടുക്കുവാനാവശ്യപ്പെട്ട പ്രകാശന്റെ മുമ്പിൽ അവൾക്കു അമ്പരക്കാതിരിക്കുവാൻ കഴിഞ്ഞില്ല.

"ബബ്ബു പറയാറുള്ളത് പെയ്ന്റിങ്ങിലെ ഡയലറ്റിക്സ് എന്നിൽ കാണാമെന്നാണ്. ബബ്ബു പറയും: നിന്റെ സൗന്ദര്യം സ്റ്റാറ്റിക്കല്ല ഡയനാമിക്കാണ്. എന്നിട്ട് ബബ്ബു തറയിൽ കമിഴ്ന്നുകിടന്ന് കഴുത്തു തിരിച്ചു ഒരാമയെപ്പോലെ എന്നെ നോക്കും. പിന്നെ തലകീഴായി ശീർഷാസനത്തിലെന്നപോലെ നോക്കും. അപ്പോൾ ആദ്യം കണ്ട ഞാനായിരിക്കില്ല. ബബ്ബു പറയുന്നു. എനിക്ക് പലേ രൂപങ്ങളുണ്ടത്രേ. ബബ്ബു "കർവ് ലീനിയാൽ പേർസ്പക്ടീവ്" എന്ന പേരിലൊരു തീസീസ് എഴുതുകയുണ്ടായി. അക്കാലത്തവൻ എന്നെ അറുത്തുമുറിച്ചിട്ടു. അവനെന്നെ നഗ്നയായും അർദ്ധനഗ്നയായും ഏഴുസാരി ചുറ്റിച്ചും നടത്തിച്ചു.

അവൾ പറഞ്ഞതൊന്നും പ്രകാശൻ കേട്ടില്ല. ഈ ബബ്ബു ആരാണെന്നുപോലും തിരക്കിയില്ല. അയാളുടെ തൊലി ദാഹിച്ചു പൊട്ടുകയായിരുന്നു. അയാളിൽ ഒരു വേദന മാത്രം. ദാഹശമനത്തിനുള്ള അടക്കിയാൽ അടങ്ങാത്ത വ്യഗ്രത മാത്രം.

"ബബ്ബു എന്റെ ഫിയാൻസെയാണ്." പ്രകാശൻ ചോദിച്ചില്ലെങ്കിൽ അവൾ അറിയിച്ചു. അതിനു കടപ്പെട്ടവളെപ്പോലെ.

അത് കേട്ടപ്പോൾ അയാളറിയാതെ അയാൾ വേദനിച്ചു. സ്വന്തം ചർമ്മം ശരീരത്തിൽ കിടന്ന് ഒന്ന് പിടഞ്ഞു. പിന്നീട് അയാൾ സ്വയം സമാധാനിപ്പിച്ചു. എന്തൊരു മണ്ടനാണ് ഞാൻ. മഹാമണ്ടൻ. അയാൾ ചിരിക്കുവാൻ നോക്കി. അവൾ എന്റെ ആരാണ്? ആരുമല്ല. ഇന്നലെ പരിചയപ്പെട്ടവൾ. നാളെ പോകേണ്ടവൾ.

"ബബ്ബുവിനെ ഇന്നലെയാണ് ഞാൻ വിമാനം കയറ്റിയത്. ഒരു കൊല്ലം അവൻ അമേരിക്കയിലായിരിക്കും. അതുവരെ ഞാൻ തനിയെ."

"അതുവരെ ഞാനുണ്ട് കൂട്ടിനായി – ബബ്ബുവായല്ല, ഞാനായി."

അത്യാഹ്ലാദത്തോടെ അയാൾ അറിയിച്ചു. പക്ഷേ, അവളുടെ ചുണ്ടുകളിലെ മന്ദഹാസം വറ്റിയിരുന്നു. അയാൾ ഓർത്തു. ഇന്നലെ അവളെ കണ്ടതായ കഥ. അവൾ കുറച്ചു നേരം വെള്ളത്തിൽ നോക്കിക്കൊണ്ട് പാലത്തിന്മേൽ നില്ക്കും. പിന്നീട് താഴെയിറങ്ങി കനാലിന്റെ തീരത്തിലൂടെ അങ്ങോട്ടും ഇങ്ങോട്ടും നടക്കും. ഒരിക്കൽ അവൾ പ്രകാശന്റെ കാറിന്റെ ബോണറ്റിന്മേൽ തലചായ്ച്ചുവെച്ചുകൊണ്ട് നിന്നു. ഒരു നീണ്ട ആലിംഗനത്തിലെന്നപോലെ. പലതവണ അവൾ അയാളെ കടന്നുപോയി. ഒന്നുരണ്ടു തവണ അവളുടെ കണ്ണിൽ വെള്ളം കണ്ടു. ചിലപ്പോൾ അവൾ ചില മരങ്ങൾക്കുമുമ്പിൽ ചെന്നുനിന്ന് അവയോടു സംസാരിക്കുന്നതും കണ്ടു.

"ബബ്ബുവിന്റെ വേർപാട് എന്നെ തകർക്കുന്നു."

അവൾ കാല്മുട്ടുകളിൽ നെറ്റി ചേർത്തുവെച്ചുകൊണ്ട് അയാളുടെ മുന്നിൽ ഇരുന്നു. അയാൾ തന്റെ ജോലിയെക്കുറിച്ചും മറ്റും അവളോടു പറഞ്ഞു. അവൾ ശ്രദ്ധിച്ചുകേട്ടു. അതയാൾക്കു കൂടുതൽ സംസാരിക്കുവാൻ ആവേശം നല്കി. പല കാര്യങ്ങളും അവളോടു പറഞ്ഞു

തീർത്തു. അവസാനം തന്റെ തൊലിയുടെ ദാഹത്തെക്കുറിച്ച് പറയാൻ തുടങ്ങി.

"എന്നാണിത് തുടങ്ങിയത് എന്നെനിക്ക് ഓർമ്മയില്ല." അയാൾ പറഞ്ഞു.

"പ്രായപൂർത്തി വന്നതിനുശേഷമായിരിക്കണം ഞാൻ ചിന്തിക്കു വാൻ തുടങ്ങിയതിനുശേഷം. ഭക്ഷണം കഴിക്കാതിരിക്കുമ്പോൾ വിശപ്പ് ഞാനെന്റെ തൊലിയിലാണറിഞ്ഞത്. നിലാവ് കത്തിനില്ക്കുന്ന രാത്രി കളിൽ ജാലകം തുറന്നിട്ടു മുറിയിൽ കിടക്കുമ്പോൾ എനിക്കു ചൊറിഞ്ഞു. കാമവികാരം വരുമ്പോൾ എന്റെ ചർമ്മം വിജ്യംഭിച്ചു."

അവൾ കേട്ടിരുന്നു.

"പിന്നീട് എന്നും, എല്ലായ്പ്പോഴും. ആർക്കും എന്റെ ചർമ്മത്തിന്റെ ദാഹംതീർക്കുവാൻ ഒത്തില്ല."

"മൂർച്ചയുള്ള നഖങ്ങളുള്ള ഒരു പെണ്ണിനെ കല്യാണം കഴിക്കണം."

അവൾ ഗൗരവത്തോടെ ഉപദേശിച്ചു. അതുകേട്ട് ഒരുനിമിഷം പ്രകാശൻ മിണ്ടാതിരുന്നു. അയാൾ പ്രേമയെ ഓർക്കുകയായിരുന്നു. നാട്ടിൽ വീട്ടിലെ പൂമുഖത്ത് എന്റെ കുഞ്ഞിനെ മടിയിലിരുത്തി താരാട്ട് പാടുകയായിരിക്കില്ലേ ഇപ്പോൾ അവൾ?

"ഇല്ല, അവൾക്കു കഴിയില്ല." പ്രകാശൻ ഓർത്തു. "ഒരാൾക്ക് കഴിയുന്നതു മറ്റൊരാൾക്കു കഴിയില്ല. ഓരോരുത്തനും അവനവന്റേതായ കർമ്മം മാത്രമേ ചെയ്യാൻ കഴിയൂ."

നേരം സന്ധ്യയായിരുന്നു. കനാലിന്റെ തീരത്ത് ഒരു കുരങ്ങിനെ പ്പോലെ പ്രകാശൻ ഇരുന്നു. അവൾ അയാളുടെ പിറകിൽ മുട്ടുകാലിൽ നില്ക്കുകയായിരുന്നു. തൊലിപ്പുറത്ത് നീളത്തിലും വിലങ്ങനെയും ചാലുകൾ കീറുന്ന നഖങ്ങൾ. അയാൾ തരിച്ചിരുന്നു....

അവൾ പോയിക്കഴിഞ്ഞിട്ടും സുഖകരമായ ആ സ്മരണയിൽ ഉറക്കം തൂങ്ങിയിരുന്നു. ജീവൻപോയ ഒരു ശരീരംപോലെ അയാൾ ശാന്തനായിരുന്നു. ഞരമ്പുകൾക്ക് രക്തം വറ്റിപ്പോയ ലാഘവം.

ഒരു സ്വപ്നമായിരുന്നുവോ? കനാലിന്റെ തീരത്ത് താനൊരു ആടായി വന്ന് വെള്ളത്തിൽ തലയിട്ട് ദാഹം ശമിപ്പിക്കുന്നത് പ്രകാശൻ സ്വപ്നം കണ്ടിട്ടുണ്ട്. അതുപോലുള്ളൊരു ദിവാസ്വപ്നമോ?

"നിങ്ങളെ ഞാനിഷ്ടപ്പെടുന്നു. അതിൽ ചെയ്യാൻ എനിക്കു സ്വാത ന്ത്ര്യമില്ല. ബബ്ബുവിനെ മുറിവേല്പിക്കുന്ന ഒന്നും ചെയ്യാൻ എന്നെക്കൊ ണ്ടാവില്ല. അവനെ വഞ്ചിക്കുന്നത് എന്നെ വഞ്ചിക്കുന്നതിന് സമമാണ്."

"ഞാൻ നിന്നോട് മറ്റൊന്നും ആവശ്യപ്പെട്ടിട്ടില്ല."

"മറ്റൊന്നും തരാൻ എനിക്ക് കഴിയുകയുമില്ല."

"നിന്റെ നഖങ്ങൾ. എനിക്ക് തരൂ. നഖങ്ങൾ മാത്രം."

"എന്റെ നഖങ്ങൾ - ബബ്ബുവിന്റേതാണ് എന്റെ നഖങ്ങൾ."

പ്രകാശൻ തളർന്നിരുന്നു.

"മറ്റൊന്നും ഞാനവകാശപ്പെടുന്നില്ല."

അവൾ തലകുനിച്ചിരുന്നു.

"എനിക്ക് ഒരു സിഗരറ്റ് തരൂ." അവൾ ആവശ്യപ്പെട്ടു. അയാൾ കൊടുത്തു. സിഗരറ്റിന്റെ പുകയിൽ അവൾ തല കുനിച്ചിരുന്നു. "ബബ്ബു വന്നാൽ ഈ നഖങ്ങളും നിനക്കവികാശപ്പെടാൻ കഴിയാതെ പോകും."

പ്രകാശൻ ഒന്ന് ഞെട്ടി. അയാൾ അവളുടെ മുമ്പിൽ പുറം തിരിഞ്ഞ് കൂനിക്കൂടിയിരിക്കുകയായിരുന്നു. ഷർട്ടിട്ടിരുന്നില്ല.

ബബ്ബു വരും. അപ്പോൾ പ്രകാശൻ എന്ത് ചെയ്യും? ഉറക്കം നഷ്ടപ്പെട്ട രാത്രികൾ തിരിച്ചുവരില്ലേ? സ്വന്തം ചർമ്മത്തിന്റെ രോദനം കൊതുകിന്റെ മുളൽപോലെ വീണ്ടും കാതുകൾ തുളച്ചുകയറും. അപ്പോൾ ഞാനെന്ത് ചെയ്യും? കനാലിലെ വെള്ളത്തിൽ തല താഴ്ത്തി നില്ക്കുന്ന ആടിനെ ക്കുറിച്ചുള്ള സ്വപ്നവും കണ്ടുകൊണ്ട്....

ചിലപ്പോൾ സന്മാർഗ്ഗചിന്തകൾ അയാളെ അലട്ടും. അയാൾ ഒരു പാവമായിരുന്നു. പ്രേമ മകനെ മടിയിലിരുത്തി താരാട്ടുപാടുന്നു. അനു മറ്റൊരാളുടെ ഭാര്യയാകേണ്ടവളല്ലേ? തന്നോടുള്ള ദയകൊണ്ടു മാത്ര മാണ് അവൾ എന്നും കനാലിന്റെ തീരത്ത് വരുന്നത്. അയാൾക്കത റിയാം.

അയാൾ പുല്ലിൽ കമിഴ്ന്നുകിടക്കുകയായിരുന്നു. വിളർച്ചബാധിച്ച ദൃഢമായ മുതുകിലും വാരിയെല്ലുകളിലും നഖക്ഷതങ്ങൾ ജനിച്ചുകൊ ണ്ടിരുന്നു. അവളുടെ ശരീരത്തിന്റെ ചൂട് അയാൾ അറിയുന്നു. തണുത്ത കാറ്റ് വീശുന്ന വൈകുന്നേരങ്ങളിൽ അവളുടെ ശരീരം വിസർജ്ജിക്കുന്ന ഉഷ്ണത്തിൽ അയാൾ മുങ്ങിക്കിടക്കും. അപ്പോഴും ഒരേ ഒരു ചിന്ത മാത്രം മനസ്സിൽ - നഖങ്ങൾ.

"നീ ഇനി വരേണ്ട."

അവളുടെ വെളുത്തുനീണ്ട കൈവിരലുകൾ അയാളുടെ വാരിയെ ല്ലുകൾക്കിടയിൽ ചലനമറ്റു കിടന്നു.

"ഞാനെന്തു തെറ്റു ചെയ്തു?"

"അനു പറയൂ - പ്രകാശൻ നിന്റെ ആരാണ്?"

"അനു പ്രകാശന്റെ ദാഹജലം."

അവൾ മന്ത്രിച്ചു.

അവളുടെ മുഖം വിളറി. കനാലിലൂടെ നരച്ച ജലം ശാന്തമായി ഒഴുകി ക്കൊണ്ടിരുന്നു. അതിൽ ഒരു കറ്റവാഴ പോലും വളർന്നുകിടന്നില്ല. കണ്ണാടിപോലെ തെളിഞ്ഞ ജലം. ചിലപ്പോൾ പ്രകാശന് തോന്നും - എനിക്കതിന്മേലൂടെ ഒരു പാറയുടെ മുകളിലൂടെയെന്നവണ്ണം നടന്നു പോകുവാൻ കഴിയുമെന്ന്. ദിവാസ്വപ്നത്തിലെ ആട് വെള്ളം കുടിക്കു വാനായി വന്നു. മുഖം താഴ്ത്തുമ്പോൾ കണ്ണാടിയിൽ തട്ടി അതിന്റെ

മുഖം മുറിയുമെന്ന്.

"പറയൂ, ഞാനെന്ത് തെറ്റു ചെയ്തു നിന്നോട്?"

"നിനക്ക് തെറ്റ് ചെയ്യാൻ കഴിയുമോ? അതാണെന്റെ ചോദ്യം"

"ചെയ്തിട്ടുണ്ടെങ്കിൽ അതു ബബ്ബുവിനോട് മാത്രമാണ്."

"നമ്മൾ തെറ്റു ചെയ്യുന്നു. നമ്മളോടു തന്നെ."

"ഞാനോ? ഇല്ല. ചങ്ങാതി. ഞാനാവർത്തിക്കുന്നു - ബബ്ബൂ വരു
ന്നതുവരെ ഞാൻ നിന്നെ എന്നും കാണും. നിന്റെ തൊലിയുടെ ദാഹം
ശമിപ്പിച്ച് രാത്രി നിനക്ക് സുഖകരമായ ഉറക്കം തരും. ബബ്ബൂ വന്നാൽ...
അന്ന് നിന്റെ ദാഹം ശമിപ്പിക്കുവാൻ എന്നെക്കൊണ്ട് കഴിയാതെ
പോകും. ചങ്ങാതീ, അന്ന് നീയെനിക്ക് മാപ്പുതരിക."

അവൾ തേങ്ങിക്കരഞ്ഞു.

"മതിയോ?"

"പോരാ" പ്രകാശൻ പറഞ്ഞു. "നിനക്കു മാത്രേ ഇങ്ങനെ ചൊറി
യാൻ കഴിയൂ. നിനക്കു മാത്രം -എവിടെ നിന്നാണ് നീയീവിദ്യ പഠിച്ചത്?
ആരാണ് നിന്നെ ഈ വിദ്യ പഠിപ്പിച്ചത്? "

"നീ" അവൾ പറയുന്നു. "നിന്നെ ചൊറിഞ്ഞുകൊണ്ടാണ് ഞാൻ
ചൊറിയാൻ പഠിച്ചത്. സംസാരിച്ചുകൊണ്ട് ഒരു കുട്ടി സംസാരിക്കാൻ
പഠിക്കുന്നതുപോലെ."

"മറ്റാർക്കും കഴിയുകയില്ല. മറ്റാർക്കും."

"എന്റെ കൈ കുഴയുന്നു...."

"ഇനിയും... എന്റെ അനൂ, ഇനിയും."

മുതുകു നിറയെ നഖക്ഷതങ്ങൾ നീളത്തിലും വിലങ്ങനേയും
ഏകോണിച്ചും കിടക്കുന്ന ലിപികൾ. അയാളുടെ ചർമ്മത്തിന് സ്ഖലന
മുണ്ടായി. ചുവന്ന ജീവബീജങ്ങൾ നാരുകൾപോലെ മുതുകിലും വാരി
ഭാഗത്തും കെട്ടുപിണഞ്ഞു കിടന്നു. അയാൾ കണ്ണടച്ചു തലതൂക്കി
യിട്ടിരുന്നു.

"ബബ്ബൂവിന് എന്റെ നഖങ്ങൾ ആവശ്യമുണ്ടായിരുന്നില്ല. അവൻ
എന്നോട് പറയാറുണ്ട്. അനു കൂർബേയുടെ 'സീൻ നദീതടത്തിലെ
പെൺകുട്ടികൾ എന്ന പെയിന്റിങ് നീ കണ്ടിട്ടുണ്ടോ? പെയിന്റിങ്ങിലെ
മെറ്റീരിയലിസത്തിന് ജന്മം കൊടുത്തത് ആ ചിത്രമാണ്. നദീതടത്തിൽ
ഞൊറിയുള്ള ഫ്രോക്കിട്ട് ചാഞ്ഞുകിടക്കുന്ന പെൺകുട്ടിയെ നോക്കൂ.
അവളുടെ ഫ്രോക്കിന്റെ, പ്രത്യേകിച്ച് അതിന്റെ ഞൊറികളുടെ
സാന്ദ്രസ്വഭാവം -അതൊരു സംഭവമായിരുന്നു. ക്യൂബിസത്തിന്റെ വേരു
കൾപോലും നിനക്കതിൽ കാണാം. അതേ സാന്ദ്രസ്വഭാവമാണ് നിന്റെ
തലമുടിയിഴകളിലും ഞാൻ കാണുന്നത്. കൂർബേ പ്ലസ് സെസാൻ എന്നു
പറഞ്ഞാൽ പെയ്ന്റിങ്ങിലെ ഡയലറ്റിക്കൽ മെറ്റീരിയലിസമായി. എന്റെ
അനൂ. നീ അതാണ് - എന്റെ സൗന്ദര്യബോധത്തിലെ ഡയലറ്റിക്കൽ
മെറ്റീരിയലിസം." അനു തുടർന്നു. പ്രകാശാ, ബബ്ബൂ, ഇപ്പോൾ എന്റെ

അരികിലുണ്ടെങ്കിൽ എന്തു ചെയ്യുകയായിരിക്കും.? നിനക്കൂഹിക്കാൻ കഴിയുന്നുണ്ടോ? ഒരുപക്ഷേ, നാലു കാലുകളിൽ ഒരു നായയെപ്പോലെ നിന്നുകൊണ്ട് തലകുനിച്ച് തന്റെ പിൻകാലുകൾക്കിടയിലൂടെ എന്നെ പഠിക്കുകയായിരിക്കും."

പ്രകാശൻ ഒന്നും കേട്ടില്ല – അവളുടെ കൈനഖങ്ങൾ തന്റെ ചർമ്മ ത്തിൽ മീട്ടുന്ന സംഗീതമല്ലാതെ.

"ബബ്ലു എന്റെ ജീവനാണ്."

അങ്ങനെയിരിക്കവെ ഒരുദിവസം ആകാശം കരുവാളിച്ചു. കനാ ലിലെ വെള്ളം പെട്ടെന്ന് വറ്റിപ്പോയി. പ്രകാശൻ അതുകണ്ടു വല്ലാതെ അമ്പരന്നു. ഇന്നലെ വൈകുന്നേരം നിറഞ്ഞൊഴുകിയിരുന്ന ആ വെള്ളം എങ്ങോട്ടുപോയി? രാത്രി ഏതെങ്കിലും രാക്ഷസൻ വന്നു കുടിച്ചുതീർ ത്തതായിരിക്കുമോ?

അയാൾ അനുവിനെ കാത്ത് പതിവുപോലെ ഒരു മരത്തിനരികിൽ ഇരുന്നു. ഒരു നരച്ച നീലജീൻസും ഒരു ഗുരുകുർത്തയുമായിരുന്നു വേഷം. നീണ്ടുവളർന്നുകിടക്കുന്ന തലമുടി ചെന്നികളിൽ പറന്നുകിടന്നിരുന്നു.

അനു അകലെ നിന്ന് വരുന്നതായി പ്രകാശൻ കണ്ടു. അയാളുടെ നെഞ്ച് മിടിച്ചു. പുനർജ്ജന്മത്തിൽ പുതിയൊരു ശരീരത്തിൽ പ്രവേശി ക്കുന്ന ആത്മാവിനെപ്പോലെ അയാൾ ആവേശം കൊണ്ടു.

അഴിച്ചിട്ട തലമുടിയും വെള്ളസാരിയും. അവളെ ആദ്യമായി കണ്ട അതേ വേഷം. കാറ്റ് അവൾക്കെതിരെ ആയിരുന്നു വീശിക്കൊണ്ടിരുന്നത്. അതുകാരണം അവൾ നടക്കവെ മുടിയും സാരിയും പിന്നോട്ട് പാറിക്കൊണ്ടിരുന്നു.

"നീ വരില്ലെന്ന് വിചാരിച്ചു. ഒരിക്കലും നീയിത്ര വൈകിയിട്ടില്ല."
അവളുടെ കണ്ണുകളിലെ ജലത്തിൽ പുഞ്ചിരി പരന്നു.
"ഞാൻ നിന്നെ കാത്തിരിക്കുകയായിരുന്നു."

അയാൾ ആവർത്തിച്ചു. അവൾ അയാളുടെ അരികിലിരുന്നു. കണ്ണിലെ മന്ദഹാസം മാഞ്ഞുപോകാതിരിക്കുവാനായി അവൾ കഷ്ടപ്പെ ടുകയായിരുന്നു.

"നീ എന്താണ് വൈകിയത്?"

അവളുടെ മൗനവും തളർച്ചയും അയാളെ അസ്വസ്ഥനാക്കി. അവൾ തലകുനിച്ചിരുന്ന് നിലത്തുനിന്ന് പുല്ലുകൾ പറിച്ചെടുക്കുകയായിരുന്നു. അയാൾ വീണ്ടും എന്തൊക്കെയോ പറഞ്ഞു. അവൾ കേട്ടിരുന്നു. അവസാനം സാവധാനം അവൾ അറിയിക്കുകയുണ്ടായി.

"ബബ്ലു വന്നു. എന്നെ അറിയിക്കാതെ."
"ബബ്ലു വന്നു. "

അയാൾ ആവർത്തിച്ചു. തൊണ്ടയിൽനിന്ന് ഒരു രോദനം ഉയർന്നു. അയാളുടെ മുഖത്ത് നോക്കിക്കൊണ്ട് കണ്ണിൽ വെള്ളവും മന്ദഹാസ

വുമായി അവൾ പറഞ്ഞു.

"ഞാൻ നിന്നോട് യാത്ര ചോദിക്കാനായി വന്നതാണ്. അവസാ നമായി ഒരിക്കൽക്കൂടി നിന്റെ തൊലിയുടെ ദാഹം തീർത്തുതരുവാനും."

അയാൾ വലിയ ശരീരവും ചെറിയ തലയുമുള്ള ഗിയാകോമറ്റിയുടെ പ്രതിമ പോലെ ഇരുന്നു.

"വരൂ" അവൾ വിളിച്ചു. "എന്റെ മുമ്പിൽ കിടക്കൂ. അവസാനത്തെ ദാഹജലത്തിനായി വരൂ..."

അയാൾ ഒരു മരിച്ച മനുഷ്യനെപ്പോലെ അവളുടെ മുമ്പിൽ നീണ്ടു നിവർന്നു കിടന്നു. അവൾ അയാളുടെ ജീൻസും കുർത്തയും അഴിച്ചു മാറ്റി. പച്ചപ്പുല്ലിൽ അയാളുടെ നഗ്നശരീരം അവൾക്കു മുമ്പിൽ ചലന മറ്റു കിടന്നിരുന്നു. അവൾ അയാളുടെ നേരെ ചാഞ്ഞിരുന്നു. കൈനഖ ങ്ങൾ അയാളുടെ പാദം മുതൽ ശിരസ്സു വരെ ചാലുകൾ കീറി. "ഇനിയും – ഇനിയും" അയാൾ ആവർത്തിച്ചുകൊണ്ടിരുന്നു. "ഇനിയും ഇനിയും" അവൾ മന്ത്രിച്ചുകൊണ്ടിരുന്നു. അങ്ങനെ അയാളുടെ ശരീരത്തിൽ ഉട നീളം ചുവന്ന ചാലുകൾ പ്രത്യക്ഷപ്പെട്ടു. അവളുടെ നഖങ്ങൾ രക്ത മണിയുകയും ചെയ്തു.

"ഞാൻ പോകട്ടെ? എന്നെന്നേക്കുമായി..."

വെള്ളം വറ്റിയ കനാലിൽ ഇരുട്ടുനിറഞ്ഞു കിടന്നിരുന്നു. കുളിർജലം ഇരുട്ടായി രൂപാന്തരപ്പെടുകയാണോ? ഇനി ഈ കനാലിൽ ഇരുട്ട് മാത്ര മാണ് ഒഴുകുക. ഇരുട്ടുമാത്രം.

"എനിക്കു യാത്രാനുമതി നല്കൂ" അവൾ പറഞ്ഞു. "പിന്നെ നീ ദൈവത്തിന് മാപ്പുകൊടുക്കൂ. നിന്റെ ദാഹശമനം വരുത്തുവാനുള്ള നഖങ്ങൾ എന്റേതുമാത്രമായതിൽ. എന്നെ ബബ്ബൂവിന്റേതായി സൃഷ്ടി ച്ചതിൽ നീ ദൈവത്തിനു മാപ്പു കൊടുക്കൂ. നിന്റെ തൊലിക്കടിയിൽ ദാഹ ത്തിന്റെ നിത്യഗർഭം വിതച്ചതിൽ..."

അവൾ എഴുന്നേറ്റുനിന്ന് സാരി നേരെയാക്കി. മുടി പിന്നിലേക്കു എറിഞ്ഞു.

"എനിക്കു പോകാറായി."

"ഇനി ഞാനെന്തു ചെയ്യും?"

ഏറുകൊണ്ടു കിടക്കുന്ന ഒരു ചേരയെപ്പോലെ പുല്ലിൽ ചുരുണ്ടു കിടന്ന അയാൾ തല ഉയർത്തി. ശരീരത്തിലെ നഖക്ഷതങ്ങളിൽ നിന്നു രക്തം സ്രവിച്ചുകൊണ്ടിരുന്നു.

"ഇനിയോ?" അവൾ പറഞ്ഞു. "ഇനി, ഓസ്വാൽഡ് ജോസഫ് മട്ഷാലിയുടെ കവിത പാടൂ. അതാണ് ഇനി നിന്റെ വിധി."

കണ്ണിൽനിന്നു ഇറ്റിവീഴുന്ന കണ്ണീരുമായി കനാലിന്റെ തീരത്തിലൂടെ അവൾ നടന്നകന്നു. എന്നേക്കുമായി.

അതേ, പിന്നീട് പ്രകാശന് അതു മാത്രമേ ചെയ്യുവാനുണ്ടായിരു ന്നുള്ളൂ. ആകാശവും ഭൂമിയും നഷ്ടപ്പെട്ട അയാൾ നരകത്തിന്റെ തുറന്ന

കിടക്കുന്ന വാതിലിനു മുമ്പിൽനിന്നുകൊണ്ട് ഓസ് വാൽഡ് മട്ഷാ ലിയുടെ കവിത ചൊല്ലി.

Though the itch in my heart
Grows deeper and deeper
I cannot scratch

പിന്നീട് പ്രകാശൻ വെള്ളം വറ്റിയ കനാലിന്റെ നടുവിൽ ഒരു വേഴാമ്പലിനെപ്പോലെ ചെന്നുവീണു. കുറേനേരം ചിറകിട്ടടിച്ച് പിടച്ചു. അവസാനം പിളർന്ന കൊക്കുകളോടെ അന്ത്യശ്വാസം വലിച്ചു.

ചാലകൻ

രാവിലെ തുടങ്ങി ഉണ്ടായ ചില അനുഭവങ്ങൾ തന്റെ അവയവ ങ്ങൾ തന്നെ അനുസരിക്കുന്നില്ല എന്ന തോന്നൽ ശങ്കരൻനായരിൽ ഉള വാക്കി. ആദ്യമായാണ് അയാളുടെ ശരീരാവയവങ്ങൾ ഇങ്ങനെ അനു സരണക്കേട് കാണിക്കുന്നത്.

ഇന്നും രാവിലെ അഞ്ചുമണിക്ക് ഒരു പുഴനീന്തിക്കടന്ന് കരയണ യുന്നതുപോലെ ശങ്കരൻനായർ ഉറക്കമുണർന്ന് കണ്ണുകൾ തുറന്നു. ഉറക്കം അയാൾക്ക് ഒരു നിറഞ്ഞ പുഴയാണ്. ശങ്കരൻനായർക്ക് ഉണ രുവാൻ അലാറമിന്റെ ആവശ്യമില്ല. കൃത്യം അഞ്ചുമണിക്ക് അയാളുടെ തലയുടെ ഉള്ളിൽനിന്ന് ഒരു പൂവൻകോഴി കൂകും. നീന്തിത്തളർന്ന ഒരാൾ കരയിൽ ഏന്തിപ്പിടിച്ചുനോക്കുന്നതുപോലെ ഉറക്കമുണർന്ന ശങ്കരൻ നായർ നാലുപാടും കണ്ണയച്ചു. കൽക്കരി അടുപ്പിൽനിന്നുള്ള പുകതട്ടി കറുത്ത ജാലകത്തിന്റെ മരയഴികൾക്കിടയിലൂടെ അയാൾ മുറ്റത്തെ മുരിങ്ങമരത്തിൽ നോക്കിക്കിടന്നു. മുരിങ്ങ അതിന്റെ കമ്പുകളിൽനിന്നും ചില്ലകളിൽനിന്നും ഇരുട്ടിനെ കുടഞ്ഞുതെറിപ്പിക്കുകയാണ്. കയറ്റുകട്ടിലിൽ കിടക്കുന്ന ശങ്കരൻനായർ പതിവുപോലെ വലതുവശം ചരിഞ്ഞ് വലതുകൈ കിടക്കയിലൂന്നി എഴുന്നേറ്റിരിക്കുവാൻ തന്റെ ശരീരത്തിനു കൽപന നല്കി. പക്ഷേ, ഒരു വികൃതിക്കുട്ടിയെപ്പോലെ അനുസരണക്കേടു കാട്ടി അയാളുടെ ശരീരം ഒന്നു അനങ്ങുകപോലും ചെയ്യാതെ അവിടെ അങ്ങനെ കിടന്നു.

കൃത്യം ആറുമണിക്ക് യജമാനൻ ട്രേക്സ്യൂട്ടും ക്യാൻവാസ് ഷൂസും ധരിച്ച് ബംഗ്ലാവിൽനിന്നും പുറത്തുവരും. അപ്പോൾ ശങ്കരൻ നായർ വണ്ടിയുടെ വാതിൽ തുറന്ന് ഗെയിറ്റിൽ കാത്തുനില്ക്കണം. ആ മുറ തെറ്റിച്ചാൽ അന്നു മുഴുവൻ യജമാനന്റെ ശകാരം കേട്ടുനില്ക്കേണ്ടി വരും. ക്ഷൗരം ചെയ്തു നീലിച്ച അയാളുടെ മുഖം അരിശത്താൽ ചുവ

ക്കുന്നത് മനസ്സിൽക്കണ്ട ശങ്കരൻനായർ തന്റെ ശരീരത്തിന് പട്ടാളച്ചിട്ട
യിൽ വലത്തോട്ടു തിരിയുവാൻ വീണ്ടും ആജ്ഞ നല്കി. പക്ഷേ,
മലർന്നുകിടക്കുന്ന അയാളുടെ ദേഹം ഒന്ന് അനങ്ങുകപോലും ചെയ്യാതെ
വീണ്ടും അനുസരണക്കേടു കാണിക്കുകയാണു ചെയ്യുന്നത്.

ചെറുപ്പകാലത്ത് കുഴിഞ്ഞ കയറ്റുകട്ടിലിൽനിന്ന് എഴുന്നേല്ക്കുവാൻ
താൻ ഒരു വിദ്യ ഉപയോഗിക്കാറുള്ളത് ശങ്കരൻനായർ ഓർത്തു. നീട്ടി
വെച്ച കാലുകൾ രണ്ടും ഒരേസമയം മുകളിൽ ഉയർത്തി പെട്ടെന്നു താഴ്
ത്തിയാൽ തലയും മുതുകും അതേവേഗതയിൽ കട്ടിലിൽനിന്നുയരും.
ആ ഉയർച്ചയോടൊന്നിച്ച് ഇരുകൈകളും പിറകിൽ കട്ടിലിലൂന്നി
ഡ്ഡുതിയിൽ ഇരുന്നുകളയുക. അതാണ് പണ്ട് ശങ്കരൻനായർ ഉപയോ
ഗിച്ച ടെക്നിക്. പ്രായമായ അയാൾക്ക് ഇപ്പോൾ അങ്ങനെ ഒരു കസർത്ത്
കളിച്ച് എഴുന്നേറ്റിരിക്കുവാൻ കഴിയുമോ? വലതുവശം ചരിഞ്ഞ്
വലതുകൈ കിടക്കയിലൂന്നി മാത്രമേ അയാൾക്ക് തന്റെ കയറ്റുകട്ടിലിൽ
നിന്ന് എഴുന്നേല്ക്കുവാൻ കഴിയുകയുള്ളൂ. പക്ഷേ, അങ്ങനെ എഴുന്നേല്
ക്കുവാൻ അയാൾ പലതവണ നല്കിയ നിർദ്ദേശങ്ങൾ അയാളുടെ
ശരീരാവയവങ്ങൾ അനുസരിച്ചില്ല. തന്റെ ആഴമുള്ള കയറ്റുകട്ടിലിൽ
നിന്ന് എഴുന്നേല്ക്കുവാൻ അയാൾ പലതവണ നല്കിയ നിർദ്ദേശങ്ങൾ
അയാളുടെ ശരീരാവയവങ്ങൾ അനുസരിച്ചില്ല. തന്റെ ആഴമുള്ള കയറ്റു
കട്ടിലിൽ കെണിയിൽവീണ ഒരു വയസ്സൻ പന്നിയെപ്പോലെ അയാൾ
നിസ്സഹായനായിക്കഴിഞ്ഞു.

സമയം അഞ്ചേകാൽ, നിസ്സഹായനായ ശങ്കരൻനായർ ചെറുപ്പ
കാലം താൻ ഉപയോഗിച്ചിരുന്ന ആ പഴയ പൊടിക്കൈ ഉപയോഗിച്ച
കട്ടിലിൽനിന്നു രക്ഷപ്പെടുവാൻ തന്നെ തീരുമാനിച്ചു. തന്റെ നീട്ടിവെച്ച
രണ്ടുകാലുകൾക്കും ഒരേസമയം മുകളിലോട്ടുയരുവാൻ അയാൾ
ആജ്ഞനല്കി. പക്ഷേ, കാലുകൾ അനങ്ങാതെ കിടന്നു.

തന്റെ സ്വന്തം അവയവങ്ങൾ എന്തുകൊണ്ടാണ് തന്നെ ഇങ്ങനെ
ധിക്കരിക്കുന്നതെന്നു മനസ്സിലാകാതെ ഇടതുവശം ചരിഞ്ഞ് കുമ്മായം
അടർന്നുപോയ മുഷിഞ്ഞ ചുമരിനുനേരെ മുഖംതിരിച്ച് അയാൾ
വേവലാതിയോടെ കിടന്നു.

"ഇതെന്തൊരു കെടത്താ ഇദ്? മണി അഞ്ചരയായി."

മാളുവമ്മ അരികിൽ വന്നുനിന്നു.

"യജമാനനിന്ന് പായാൻ പോണ്ടേ?"

"പോണം"

"എന്നിട്ടാ ഇങ്ങനെ കെടക്കുന്നദ്?"

ചുമരിനോടു സങ്കടം പറഞ്ഞുകിടക്കുന്ന ശങ്കരൻനായർ മലർന്നു
കിടന്ന് ഭാര്യയെ നോക്കി.

"ഞാനിന്ന് പോണ്ടില്ല മാളേ"

"യജമാനൻ കാത്തിരിക്കാന്ന് ഓർമ്മ വേണം."

"എന്നെക്കൊണ്ട് വയ്യ ഇനീം വണ്ടിയോടിക്കാൻ."

"എനിക്കു വയസ്സായി..."

"അപ്പോ നമ്മളെങ്ങന്യാ കഴിഞ്ഞുകൂട്ാ?"

"ഭാസ്കരൻ അയക്കുന്നതുകൊണ്ട് കഴ്യാം."

"അത് വാടകകൊടുക്കാൻ തെകയ്യോ?"

"ഉള്ളതുകൊണ്ട് എങ്ങനേങ്കിലും കഴ്യാം. പണത്തെപ്പറ്റി അധികം ആലോചിക്കരുത് മാളേ - കാക്കേം പശൂം ഒക്കെ ജീവിച്ചുപോരുന്നത് പൈസ ഉണ്ടായിട്ടാ?"

മാളുവമ്മയുടെ നോട്ടം ശങ്കരൻനായരുടെ മുഖത്തു തങ്ങിനിന്നു. പതിവില്ലാത്തവിധം ഇന്ന് ഇങ്ങനെ സംസാരിക്കാൻ എന്തേ കാരണം?

തലേദിവസം രാവിലെ അഞ്ചരയ്ക്ക് വീട്ടിൽ നിന്നുപോയ ശങ്കരൻ നായർ രാത്രി പത്തരയ്ക്കാണ് തിരികെ വന്നത്. അന്നേരം ഗോതമ്പു ചാക്കുകൾ നിറച്ച ചരക്കുവണ്ടി വലിച്ചുപോകുന്ന ഒരു വയസ്സൻ ഒട്ടക ത്തെപ്പോലെ അയാളുടെ മുഖം ചളുങ്ങിയിരുന്നു. വിയർപ്പിന്റെ ഈർപ്പവും നാറ്റവുമുള്ള യൂണിഫോം ഊരി മുരിങ്ങയുടെ കമ്പിനുമേലിട്ട് മരച്ചുവട്ടിൽ കുന്തിച്ചിരുന്ന് രണ്ടുപാട്ട വെള്ളം കോരി തലയിലൊഴിച്ച് അയാൾ കട്ടിലിൽ ചെന്നുകിടന്നു. ചുട്ടെടുത്ത ചപ്പാത്തിയും ഉരുളക്കിഴങ്ങുകറി യുമായി മാളുവമ്മ അകത്തുചെല്ലുമ്പോഴേക്ക് അയാൾ ഉറക്കമായിരുന്നു. എത്ര വിളിച്ചിട്ടും ശങ്കരൻനായർ ഉണർന്നില്ല.

മുൻവശത്തെ ഒരു കാൽ ഇളകുന്ന കസാരയെടുത്ത് മുരിങ്ങമര ത്തിന്റെ ചുവട്ടിൽ കൊണ്ടുവന്നിട്ട് ശങ്കരൻനായർ അതിൽ ഇരുന്നു. കഠിനമായ ശൈത്യമുള്ളതുപോലെ കൂനിക്കൂടിയുള്ള ഒരിരുത്തമാ യിരുന്നു അത്. ഇടയ്ക്കിടെ അയാൾ താടിയുടെ കീഴ്വശം നരച്ച കുറ്റി രോമങ്ങൾക്കിടയിൽ ചൊറിയുകയും കാർക്കിച്ചുതുപ്പുകയും ചെയ്തു കൊണ്ടിരുന്നു. വയറ്റിൽനിന്നു തികട്ടിവരുന്ന പിത്തനീരിന്റെ പുളിപ്പ് അയാൾ വായിൽ അറിഞ്ഞു. അയാളുടെ ഇരിപ്പും പെരുമാറ്റവും ശ്രദ്ധിച്ച് അലോസരപ്പെട്ട മനസ്സുമായി നില്ക്കുകയാണ് മാളുവമ്മ. തന്റെ ഭർ ത്താവിന്റെ മുടികൊഴിഞ്ഞ് മൂർദ്ധാവു കാണാവുന്ന തലയ്ക്കുള്ളിൽ അസാധാരണമായ ചില ആലോചനകൾ തിങ്ങിക്കൂടി നില്പുണ്ടെന്ന് അവർക്കു തോന്നി.

ഭർത്താവിന്റെ പെരുമാറ്റത്തിലെ പന്തികേടുകളിൽ ആശങ്കപ്പെട്ടു കൊണ്ട് മാളുവമ്മ കുളിമുറിയിലേക്കു ചെന്നു. പൈപ്പിൽ വെള്ളം നില് ക്കുന്നതിനുമുമ്പ് പണികൾ ചെയ്തുതീർക്കണം. അവർ ചെമ്പുകളിലും തൊട്ടികളിലും വെള്ളം പിടിച്ചുവയ്ക്കുകയും തുണി നനയ്ക്കുകയും ചെയ്തു. അതിനിടയിൽ ഇടയ്ക്കിടെ അവർ തന്റെ നോട്ടം മുരിങ്ങയുടെ ചുവട്ടിലേക്ക് എയ്തുകൊണ്ടിരുന്നു. വഴിയിൽ ഉപേക്ഷിച്ച ആർക്കും വേണ്ടാത്ത ഒരു ഭാണ്ഡംപോലെ ശങ്കരൻനായർ കസേരയിൽ ഇരിക്കു കയാണ്.

ആരോടും ഒരിക്കലും മുഖം കറുപ്പിച്ച് ഒരുവാക്കുപോലും ഉരിയാടാത്ത, ഒരിക്കലും ദേഷ്യംവരാത്ത ഒരു പാവം മനുഷ്യനാണ്

ഭാസ്കരന്റെ അച്ഛനെന്ന് മാളുവമ്മയ്ക്കറിയാം. ആദ്യമായാണ് ഇങ്ങനെ ഒരു തകരാർ അയാളുടെ സ്വഭാവത്തിൽ കാണുന്നത്. അവർക്ക് അടുക്കളജോലിയിൽ ശ്രദ്ധ ചെലുത്തുവാൻ കഴിഞ്ഞില്ല. നനഞ്ഞ കൈകൾ ഉടുതുണിയിൽ തുടച്ചുകൊണ്ട് അവർ ഭർത്താവിന്റെ അരികിൽ തിരികെ ചെന്നുനിന്നു.

"ഞാന്ന് വെച്ചാല് എന്നോട് പറഞ്ഞൂടേ? ഞാനെന്താ ആരാനാ?"

ഒരു പാമ്പാട്ടിയുടെ കുട്ട ഇളകുന്നതുപോലെ ശങ്കരൻനായരിൽ ഒരു അനക്കം ഉണ്ടായി.

"ഒരു ഡ്രൈവറെ പണി എന്താ മാളേ? മറ്റുള്ളോരെ അവരെ ലക്ഷ്യത്തില് എത്തിക്ക്യാ, അല്ലേ? സൊന്തം ലക്ഷ്യത്തില് എത്തുകേം ഇല്ല. മുപ്പത്തിയെട്ടുകൊല്ലായി ഞാൻ ഈ പണി ചെയ്യ്ാ. മടുത്തു."

ഒരു താക്കോൽ വാതിലിലെ പഴുതിലേക്കു കയറുന്നതുപോലെ അയാളുടെ നോട്ടം അവരുടെ കണ്ണുകളിലേക്കു കയറിച്ചെന്നു.

"മനസ്സിലാകില്ല. ആർക്കും മനസ്സിലാകില്ല. എനിക്കറ്യാം..."

തുടർന്ന് ശങ്കരൻനായർ ഒന്നും ഉരിയാടാതെ മുറിങ്ങയുടെ ചുവട്ടിൽ കൂനിക്കൂടിയിരുന്നു. ഉരുകി ആകൃതി നഷ്ടപ്പെട്ട ഒരു മെഴുകുപ്രതിമയെ ഓർമ്മിപ്പിച്ചു അയാളുടെ ആ ഇരുത്തം.

മാളുവമ്മ കുറച്ചുകൂടി ശങ്കരൻനായരുടെ അടുത്തേക്കു നീങ്ങി. അയാളുടെ തലയിൽ കൈവെച്ചുനിന്നു. മുടികൊഴിഞ്ഞ് ചുളിവുകൾ വീണ അയാളുടെ തലയോടിനുള്ളിൽ എന്തെല്ലാമോ തിളയ്ക്കുന്നതായി അവർക്ക് അനുഭവപ്പെട്ടു.

"എന്നോട് പൊറുക്കണം. വല്യ വല്യ കാര്യങ്ങള് മനസ്സിലാക്കാൻ ഈയുള്ളോൾക്ക് പുത്തീല്ല."

"മുപ്പത്തിയെട്ട് കൊല്ലം... അഞ്ചോ പത്തോ അല്ല. മുപ്പത്തിയെട്ട്..."

ശങ്കരൻനായർ സ്റ്റിയറിങ്ങിന്റെ തഴമ്പുള്ള ഉള്ളംകൈകളിൽ നോക്കി പിറുപിറുത്തു.

ഒരു കവിയാകുവാനായിരുന്നു ശങ്കരൻനായർക്കു മോഹം. എന്നിട്ട് ആയിത്തീർന്നത് ഡ്രൈവറും. അതിനെപ്പറ്റി ചിന്തിക്കുവാൻ തുടങ്ങിയപ്പോൾ അയാൾക്ക് ഓക്കാനം വന്നു.

ഓർമ്മകൾ കുടലിൽനിന്നു മുകളിലോട്ടു പതഞ്ഞുകയറി. അയാൾ തൊണ്ടയിൽ പുളിപ്പും ദുർഗ്ഗന്ധവും അറിഞ്ഞു. ശങ്കരൻനായർക്ക് ഛർദ്ദിക്കുവാൻ തോന്നി.

"നായരേ, ഇതാ തന്റെ താക്കോൽ."

ഓച്ഛാനിച്ചു നില്ക്കുന്ന ശങ്കരൻനായർ ഒന്നുകൂടി കുനിഞ്ഞ് ഇരു കൈകളും നീട്ടി വണ്ടിയുടെ താക്കോൽ കൈപ്പറ്റി. അന്ന് അയാൾക്ക് ഇരുപത്തിയൊന്നുവയസ്സായിരുന്നു പ്രായം. നൂറ്റിമുപ്പതുറുപ്പിക ശമ്പളവും. താമസിക്കുവാൻ കാർഷെഡ്ഡിനു മുകളിൽ ഒരു മുറിയും. മുൻകൂറായി വാങ്ങിയ ഇരുപതുറുപ്പിക കൊണ്ട് കോട്ലാ മുബാരക് പൂരിൽ ച്ചെന്ന് കോരിക്കുളിക്കുവാൻ ഒരു തകരത്തൊട്ടിയും വച്ചുതിന്നുവാൻ

അലൂമിനിയപ്പാത്രങ്ങളും സ്റ്റൗവും വാങ്ങി. അങ്ങനെ കാർഷെഡ്ഡിനു മുക ളിൽ ശങ്കരൻനായർ തന്റെ എളിയ ജീവിതം ആരംഭിച്ചു.

ആദ്യത്തെ യജമാനൻ ഒരു ശേട്ടുവായിരുന്നു. എല്ലായ്പ്പോഴും ശെർവാണി ധരിച്ചു പുറത്തിറങ്ങുന്ന അയാൾക്ക് ചെറുപ്പമാണെങ്കിലും സദാ മുറുക്കിത്തുപ്പും. വണ്ടിയിൽ അയാൾ ഇരിക്കുന്ന പിൻസീറ്റിന്റെ വലതുവശത്തെ ചില്ലിലും മുൻസീറ്റിന്റെ പിറകുവശത്തും അയാളുടെ വായിൽനിന്നു തെറിച്ചുവീണ ചുവപ്പ് ഉണങ്ങിക്കിടക്കുന്നതു കാണാം.

"കാശ്മീരി ഗെയിറ്റ് വിട്ടോളൂ-"

രാജ്ഘട്ടിന്റെ അരികിൽ ഒഴിഞ്ഞ നിരത്തിലൂടെ വണ്ടിയോടിക്കു മ്പോൾ യജമാനന്റെ കമ്പനി കാശ്മീരി ഗെയിറ്റിലായിരിക്കുമെന്ന് ശങ്കരൻ നായർ ഊഹിച്ചു. ശേട്ടു ഒരു വ്യവസായിയാണ് എന്നതിലുപരി മറ്റൊന്നും അയാൾക്കറിയില്ല. ബസ് സ്റ്റാൻഡിനു പിറകിലെ ഒരു പഴയ എടുപ്പിനു മുമ്പിൽ വണ്ടി നിറുത്തുവാൻ ശേട്ടു ആജ്ഞാപിച്ചു. ബസുകൾ കടന്നു പോയപ്പോൾ ആ എടുപ്പ് കുലുങ്ങി. വണ്ടി എടുപ്പിനോടു ചേർത്തു നിറുത്തി ശങ്കരൻനായർ അതിൽത്തന്നെ ഇരുന്നു. തൊട്ടരികിൽ ഒരു ധാന്യമില്ലാണ്. യന്ത്രങ്ങൾ കാതടപ്പിക്കുന്ന ശബ്ദത്തിൽ ഗോതമ്പ് പൊടിച്ചുകൊണ്ടിരുന്നു. പൊടിഞ്ഞുവീഴുന്ന ചൂടുള്ള ഗോതമ്പ് പണിക്കാർ പശുവിന്റെ ചിത്രമുള്ള ചാക്കുകളിൽ നിറച്ച് മില്ലിന്റെ വരാന്തയിൽ അടുക്കിവെച്ചു. പ്രസിദ്ധമായ പശുമാർക്ക് ആട്ട ഇവിടെ നിന്നാണ് വരുന്നതെന്ന് ശങ്കരൻനായർക്കു മനസ്സിലായി.

അല്പനേരം കഴിഞ്ഞപ്പോൾ ശങ്കരൻനായർക്ക് കഠിനമായ മൂത്ര ശങ്കയുണ്ടായി. എങ്കിലും അയാൾ കാറിന്റെ അരികിൽനിന്നു മാറിയില്ല. ആദ്യദിവസമല്ലേ? മൂത്രമൊഴിക്കാൻപോയ നേരം ശേട്ടു പുറത്തു വന്നാലോ? മൂന്നുമണിക്കൂർ നേരം നാഭിയിൽ അമർത്തിപ്പിടിച്ച് അവിടെ ചുറ്റിപ്പറ്റി നിന്നു. ഇതിനകം അയാൾ ധാന്യമില്ലിലെ ഒരാളെപ്പോലെ ആയി ത്തീർന്നിരുന്നു. മില്ലിൽനിന്നു നിരന്തരം അയാളുടെ മുഖത്തും തലയിലും പാറിവീണ ധാന്യപ്പൊടി അയാളെ രൂപാന്തരപ്പെടുത്തി. മില്ലിനു മുന്നിൽ വണ്ടി നിറുത്തിയതിന് ശേട്ടു ശകാരിക്കുകയും ചെയ്തു. ഗോതമ്പു ചക്കിയിലെ ധാന്യപ്പൊടി ശേട്ടുവിന്റെ ഡ്രൈവറെ മാത്രമല്ല, അയാളുടെ കാറിനേയും രൂപാന്തരപ്പെടുത്തിയിരുന്നു. ബാൻഡുവാദ്യക്കാരുടെ കൈ യിൽക്കാണുന്ന ട്രംപ്റ്റിന്റെ ആകൃതിയിലുള്ള ഒരു അലങ്കാരബലൂൺ ഹോണോടുകൂടിയ ഒരു പഴയ കാറാണത്.

തിരികെ വണ്ടിയോടിക്കുമ്പോൾ ആ പഴയ കെട്ടിടത്തിൽ ഇത്രയും നേരം ശേട്ടു എന്തുചെയ്യുകയായിരുന്നു എന്ന് ശങ്കരൻനായർ വെറുതേ ആലോചിച്ചുപോയി. കാശ്മീരിഗെയിറ്റിൽനിന്നു പഹാഡ് ഗഞ്ചിലേക്കു വണ്ടിയോടിക്കുവാനാണ് കല്പന. ശേട്ടു എന്തിനാണ് പഹാഡ്ഗഞ്ചിൽ പോകുന്നത്? ഒരു ഡ്രൈവറായ താൻ ഇതൊന്നും അറിയേണ്ടതില്ലെന്നും യജമാനൻ പറയുന്ന സ്ഥലത്തേക്ക് വണ്ടിയോടിച്ച് അദ്ദേഹത്തെ സുരക്ഷിതമായി സ്ഥലത്തെത്തിക്കുക എന്നതുമാത്രമാണ് തന്റെ കടമ

യെന്നും അറിയാമെങ്കിലും പഹാഡ്ഗഞ്ചിലെ ഒരു പഴയ എടുപ്പിലേക്ക് ശെർവാണി കയറ്റിപ്പിടിച്ച് ശേട്ട് കയറിപ്പോയപ്പോൾ അദ്ദേഹം എന്തിനാണ് അവിടെ പോകുന്നതെന്ന് ശങ്കരൻനായർക്കു സ്വയം ചോദിക്കാതിരി ക്കുവാൻ കഴിഞ്ഞില്ല.

ശേട്ടു ഒരു പുതിയ മെർസഡസ് കാർ വാങ്ങിയപ്പോഴാണ് ശങ്കരൻ നായർക്ക് തന്റെ ജോലി നഷ്ടമായത്.

"ഇനി നീ വരണ്ട." ശേട്ടു പറഞ്ഞു. "പുതിയ വണ്ടിയാ. നിനക്ക് പരിചയം പോരാ."

തേയ്മാനംവന്ന പഴയ വണ്ടിയെ തഴഞ്ഞതുപോലെ ശേട്ടു അതിന്റെ ഡ്രൈവറേയും തഴയുകയായിരുന്നു. രണ്ടരവർഷത്തിനുശേഷം ശങ്കരൻ നായർ വീണ്ടും തെരുവിലായി. ഒരു ഡ്രൈവറുടെ ലോകം തെരുവാണെന്ന് അയാൾ മനസ്സിലാക്കി. പണിയുള്ളപ്പോൾ തെരുവുകളിലൂടെ വണ്ടിയോ ടിച്ച് യജമാനനെ ലക്ഷ്യത്തിലെത്തിക്കുക. പണിയില്ലാതെ വരുമ്പോൾ പണിതേടി തെരുവുകളിലൂടെ അലയുക. പാത്രങ്ങളും സ്റ്റൗവ്വും തൊട്ടിയും മറ്റും ഭാണ്ഡമാക്കിക്കെട്ടി ഷെഡ്ഡിൽനിന്നു പുറത്തിറങ്ങു മ്പോൾ സുബാഷ് ചന്ദ്രബോസിനെപ്പോലെ തൊപ്പിവെച്ച യൂണിഫോം ധരിച്ച പുതിയ ഡ്രൈവർ പെട്ടിയുമായി മുകളിലേക്കു കയറിവരുന്നതു കണ്ടു. അയാൾ വിദേശവണ്ടികളോടിച്ച് പരിചയസമ്പന്നനായ ഒരു ഡ്രൈവറായിരുന്നു.

ഒരുമാസം കഴിഞ്ഞപ്പോൾ താൻ രണ്ടരക്കൊല്ലം ഓടിച്ച വണ്ടി ദേഹത്ത് പുതിയ പെയിന്റും കുഞ്ഞിന്റെ കരച്ചിൽമാതിരിയുള്ള വിചി ത്രമായ ഒരു ഹോൺശബ്ദവുമായി തെരുവിലൂടെ ഓടുന്നത് ശങ്കരൻ നായർ കണ്ടു. സ്റ്റിയറിങ്ങിനു പിറകിൽ അയാൾ ഇരുന്നയിടത്ത് കഷ ണ്ടിക്കാരനായ മറ്റൊരു ഡ്രൈവറും പിൻസീറ്റിൽ വലതു വശം ശേട്ടു ഇരുന്നയിടം സൂട്ടും കോട്ടും ധരിച്ച ഒരു മെലിഞ്ഞ വൃദ്ധനും ഇരിക്കു ന്നുണ്ടായിരുന്നു. ഉടമസ്ഥനും ഡ്രൈവറും മാറിയെങ്കിലും ആ വണ്ടി പഴയതുപോലെ നഗരത്തിലൂടെ ഓടുന്നതുകണ്ട് ശങ്കരൻനായർ സന്തോ ഷിച്ചു. അന്നേരം പണിയൊന്നുമില്ലാതെ നടക്കുന്ന അയാൾ കർബലയിൽ ഒരു പാൻകടയുടെ മുമ്പിൽ ബീഡിവലിച്ചുകൊണ്ട് നില്ക്കുകയായിരുന്നു.

മനുഷ്യരേക്കാൾ ഏറെ എരുമകളുള്ള കർബലയിലെ ഒരു ഗല്ലി യിലാണ് ശങ്കരൻനായർ താമസിക്കുന്നത്. മൺകട്ട കൊണ്ടുള്ള ചുമരും ആസ്ബെസ്റ്റോസിന്റെ മേല്പുരയുമുള്ള പകൽപോലും വെളിച്ചം കട ക്കാത്ത ഒരു മുറിയാണത്. വാതിൽ അടച്ചുവെച്ചാലും എരുമകളുടെ മൂത്ര ത്തിന്റെ രൂക്ഷമായ ഗന്ധം അകത്തുണ്ടാകും. എരുമകൾ വാലുയർ ത്തുമ്പോൾ വെള്ളച്ചാട്ടം പോലെ പ്രവഹിക്കുന്ന മഞ്ഞമൂത്രം ഗല്ലിയിൽ ചെറിയ ചെറിയ പ്രളയങ്ങൾ സൃഷ്ടിക്കും. മുറിയിലിരിക്കുന്ന അവ സരങ്ങളിൽ ശങ്കരൻനായർ തുടർച്ചയായി ബീഡിവലിച്ചുകൊണ്ടിരിക്കും. ബീഡിച്ചുടേറ്റ് തൊണ്ടയും വായും വരളും. മുറിക്കുള്ളിൽ ഇരുന്നു മടു ക്കുമ്പോൾ അയാൾ പുറത്തുവന്ന് പാൻകടയുടെ മുമ്പിൽ പുകവലിച്ചു

കൊണ്ടു നില്ക്കും.

"എന്താ നായരേ, പണിയൊന്നും ആയില്ലേ?"

പാൻകടക്കാരനും അയൽക്കാരും ഇടയ്ക്കിടെ ചോദിച്ചുകൊണ്ടി രിക്കും. ആ ചോദ്യം ശങ്കരൻനായരെ അസ്വസ്ഥനാക്കും. തൊഴിലില്ലായ് മയല്ല, അതിനെക്കുറിച്ചുള്ള മറ്റുള്ളവരുടെ ചോദ്യങ്ങളാണ് അയാളുടെ സൈ്വരം കെടുത്തിയത്. വണ്ടിയോടിക്കുവാനല്ലാതെ മറ്റൊരു തൊഴിലും അറിയാത്ത ശങ്കരൻനായർക്ക് വേറെ എന്തു പ്രവൃത്തിചെയ്യുവാൻ കഴിയും? ഡ്രൈവറില്ലാതെ തനിയെ ഓടുന്ന ഒരു കാർ തന്റെ നേരെ വരുന്നത് അയാൾ ഭാവന ചെയ്തു. അങ്ങനെ ഒരു കാറുണ്ടെങ്കിൽ തനിക്ക് അതിൽക്കയറി സ്റ്റിയറിങ് കൈയിലെടുത്ത് അതിന്റെ ഡ്രൈവ റാകാമല്ലോ എന്ന് അയാൾ വ്യാമോഹിച്ചു.

മൂന്നുമാസത്തെ കാത്തിരിപ്പിനുശേഷം ശങ്കരൻനായർക്ക് വീണ്ടും ഒരു പണി തരപ്പെട്ടു. ആറുവർഷം അയാൾ അതു തുടർന്നു. ഈ കാല യളവിൽ അംബാസഡറും സ്റ്റാൻഡേർഡും മഹേന്ദ്രജീപ്പും ഓടിച്ചു. ഒരു കമ്പനി മാനേജരുടെ ഡ്രൈവറായിരുന്നു അയാൾ. രണ്ടു വണ്ടികളുള്ള മാനേജർ തന്റെ രണ്ടാമത്തെ കാർ ഭാര്യയുടെ ആവശ്യത്തിനു വിട്ടുകൊ ടുത്തു. ആ വണ്ടിയാണ് ശങ്കരൻനായർ ഓടിച്ചത്. പതിനൊന്നു മണി വരെ അവൾക്ക് ഡ്രൈവറെ ആവശ്യമുണ്ടായിരുന്നില്ല. ഈ സമയം ശങ്കരൻനായർ തന്റെ മെലിഞ്ഞ ദേഹത്ത് എണ്ണതേച്ചുപിടിപ്പിച്ച് ശീത കാലത്തെ തണുത്ത വെയിലേറ്റ് ടെറസ്സിനു മുകളിൽ ഇരിക്കും. പതി നൊന്നുമണിയോടെ നീണ്ട കളസവും കോട്ടും തൊപ്പിയും ധരിച്ച് അയാൾ യജമാനപത്നിയുടെ മുമ്പിൽ ഹാജരാകും. ഒറ്റനോട്ടത്തിൽ ഒരു വൈമാനികന്റേതുപോലെയുള്ള ആ യൂണിഫോം അയാൾക്ക് ഇഷ്ടമ ല്ലായിരുന്നു. പക്ഷേ, യൂണിഫോം ധരിക്കാതെ വണ്ടിയിൽ കയറരുതെന്ന് മാനേജർ കല്പിച്ചിരുന്നു. ഒരു ഡ്രൈവറുടെ കടമയാണ് കല്പനകൾ അനുസരിക്കുക എന്നത്. സ്റ്റിയറിങ് തന്റെ കൈയിലാണെങ്കിലും തനി ക്കിഷ്ടമുള്ള വശത്തേക്ക് അതുതിരിച്ച് വണ്ടി കൊണ്ടുപോകുവാൻ അധികാരമില്ല എന്ന വസ്തുത ശങ്കരൻനായരെ വിമ്മിട്ടപ്പെടുത്തുന്നു.

എന്നും ധനികരുടെ വീടുകളിലേക്ക് ശങ്കരൻനായർ യജമാന പത്നിയെ വണ്ടിയിലിരുത്തി കൊണ്ടുപോകും. ആ വലിയ വീടുകൾ ആരുടേതാണെന്നോ അവൾ എന്തിനാണ് അവിടെ പോകുന്നതെന്നോ അയാൾക്ക് അറിയാൻ പാടില്ല. ചില ദിവസങ്ങളിൽ മണിക്കൂറുകൾ തുടർ ച്ചയായി അയാൾക്ക് അവളെക്കാത്ത് കാറിൽ ഇരിക്കേണ്ടി വരും. ആ മുഷിച്ചിലിൽ നിന്നു രക്ഷപ്പെടുവാനായി അയാൾ വണ്ടിയിലിരുന്ന് സ്വയം ചീട്ടുകളിക്കുവാൻ ശീലിച്ചു. തന്റെ മുമ്പിൽ മറ്റൊരാൾ ഇരിപ്പുണ്ടെന്ന് സങ്കല്പിച്ച് അയാൾക്കും ചീട്ടുകൾ നിരത്തും. സങ്കല്പത്തിലെ ആ എതിരാളിയുമായി വാശിയോടെ ശങ്കരൻനായർ കളിച്ചുകൊണ്ടിരിക്കും. പണംവെച്ചു കളിക്കുന്ന അവസരത്തിൽ എതിരാളിയുമായി അയാൾ കലഹിക്കും. കാറിലിരുന്ന് തനിയേ ഉച്ചത്തിൽ സംസാരിക്കുകയും വഴക്കി

ടുകയും അദൃശ്യനായ എതിരാളിയുമായി മല്പിടുത്തം നടത്തുകയും ചെയ്യുന്ന അയാളെ വഴിപോക്കർ പകച്ചുനോക്കി കടന്നുപോകുന്നു ണ്ടാകും.

ഒരുദിവസം അങ്ങനെ വാശിയോടെ ചീട്ടുകളിച്ചുകൊണ്ടിരിക്കവെ മാനേജരുടെ ഔദ്യോഗിക കാർ മുമ്പിൽ വന്നുനിന്നു. അത് അധികം പഴക്കമില്ലാത്ത ഒരു ഫോർഡാണ്. ശങ്കരൻനായരെ ശ്രദ്ധിക്കാതെ അയാൾ ബംഗ്ലാവിലേക്കു കയറിപ്പോകുകയും അല്പനേരം കഴിഞ്ഞു തിരിച്ചുവരികയും ചെയ്തു. ആ പോക്കലിനും തിരിച്ചുവരവിനുമിടയിൽ ബംഗ്ലാവിൽനിന്ന് രണ്ട് ഓലപ്പടക്കം പൊട്ടിയത് ശങ്കരൻനായർ കേൾ ക്കാതെ പോയില്ല.

"അവളെക്കാത്ത് നീ സമയം പാഴാക്കേണ്ട." മാനേജർ പറഞ്ഞു. "അവളിനി വരില്ല."

ആംബുലൻസും പൊലീസും ബഹളവും കണ്ടപ്പോൾ ശങ്കരൻ നായർ കൈയിൽ വിശറിപോലെ നിവർത്തിപ്പിടിച്ച ചീട്ടുകൾ സങ്കല്പ ത്തിലെ എതിരാളിയുടെ മുമ്പിലേക്കെറിഞ്ഞ് ഡോർ തുറന്ന് ബംഗ്ലാവു കളുടെ നിരകൾക്കിടയിലെ ഒരു ലെയിനിൽ അഭയം പ്രാപിച്ചു. പക്ഷേ, അത് താല്ക്കാലികമായ ഒരു രക്ഷപ്പെടൽ മാത്രമായിരുന്നു. പലതവണ അയാൾക്ക് പൊലീസ് സ്റ്റേഷനിലും കോടതിയിലും കയറിയിറങ്ങേണ്ടി വന്നു.

ആ നാളുകളിൽ അയാൾക്ക് ആശ്വാസം ഖന്നാമാർക്കറ്റിൽ ഹോട്ടൽ നടത്തുന്ന രാമൻപിള്ളയുടെ മകൾ മാളുവായിരുന്നു. ഫരീദാബാദിൽ ടയർകച്ചവടം ചെയ്യുന്ന അപ്പുക്കുട്ടൻ നമ്പിയാരുടെ ഡ്രൈവറായി പുതിയ ജോലിയിൽ പ്രവേശിച്ച ശേഷം മലയ്മന്ദിരിൽ വെച്ച് ശങ്കരൻനായർ മാളുവിന്റെ കഴുത്തിൽ താലികെട്ടി.

പതിനൊന്നരക്കൊല്ലം ശങ്കരൻനായർ അപ്പുക്കുട്ടൻ നമ്പിയാരുടെ ഡ്രൈവറായി ജോലിനോക്കി. അതിനിടയിൽ മാളു ഭാസ്കരനെ പെറ്റു. നമ്പിയാർ ബിസിനസ് നിറുത്തി നാട്ടിലേക്കു പോയപ്പോൾ ശങ്കരൻനായർ വീണ്ടും തെരുവിലായി. ജോലിയുള്ളപ്പോൾ കാറിലിരുന്ന് തെരുവുനീളെ യാത്രചെയ്യുക. ജോലിയില്ലാത്തപ്പോഴാണെങ്കിൽ ജോലി തേടി സ്വന്തം കാലിലും. ജീവിതം തെരുവിൽ അനുഭവിച്ചു തീർക്കുക എന്നത് ഒരു ഡ്രൈവറുടെ തലവിധിയത്രേ. ആരു വിചാരിച്ചാലും തലയ്ക്കുള്ളിൽ എഴു തിയത് തുടച്ചുമാറ്റുവാൻ കഴിയുകയില്ല. ശങ്കരൻനായർ ദീർഘമായി ഒന്നു നിശ്വസിച്ചു.

ആറുകൊല്ലം ലോഹ്യാ ആശുപത്രിയിലെ ഏലിയാമ്മാമത്തായി യുടെ കൂടെ. ഒന്നരക്കൊല്ലം യൂനാനി മരുന്നുനിർമ്മാണശാല ഉടമസ്ഥന്റെ കൂടെ. തുഗ്ലക്ബാദിലാണ് അയാളുടെ മരുന്നു ഫാക്ടറി. എട്ടുമാസം റെയിസ് കോഴ്സിലെ ഒരു ജോക്കിയുടെ കൂടെ. എല്ലായ്പ്പോഴും കുതിര പ്പുറത്തിരിക്കുന്ന അയാൾക്ക് കാറിന്റെ ആവശ്യം ഉണ്ടായിരുന്നില്ല. കാർ എവിടെയെങ്കിലും പാർക്കുചെയ്ത് ശങ്കരൻനായർ കുതിരകളെ കുളി

പ്പിക്കുന്നതും തീറ്റിക്കുന്നതും നോക്കിനിന്നു സമയം പോക്കും. ജോക്കി റെയിസ് കോഴ്സ് വിട്ട് മഹാലക്ഷ്മിയിലേക്കു മാറിയപ്പോൾ ശങ്കരൻ നായർ പിന്നെയും തെരുവിൽ. തെരുവ് അയാളെ വിട്ടുമാറാതെ നിന്നു. ഏഴുമാസം ജോലിയൊന്നുമില്ലാതെ ഇതിനകം അല്പം തടിച്ച തന്റെ ശരീരത്തിൽ എള്ളെണ്ണ തേച്ചുപിടിപ്പിച്ച് വെയിലത്തിരുന്ന് അയാൾ സമയം ചെലവഴിച്ചു. രാമൻപിള്ളയുടെ പണപ്പെട്ടിയിൽനിന്ന് മാളു പല പ്പോഴും ചില്ലറക്കാശ് എടുത്തുകൊണ്ടുവന്നതിനാൽ പഷ്ണികിടക്കാതെ കഴിഞ്ഞു.

രണ്ടരക്കൊല്ലം ശേട്ടുവിന്റെ കൂടെ.

ആറുവർഷം മാനേജരുടെ കൂടെ

പതിനൊന്നരവർഷം അപ്പുക്കുട്ടൻനമ്പിയാരുടെ കൂടെ

ആറുകൊല്ലം ഏലിയാമ്മാമത്തായിയുടെ കൂടെ

ഒന്നരവർഷം യൂനാനി മരുന്നു വ്യവസായിയുടെ കൂടെ.

എട്ടുമാസം ജോക്കിയുടെ കൂടെ.

നാലു പതിറ്റാണ്ടുകളോളംവരുന്ന ചാലകജീവിതത്തിൽ ശങ്കരൻ നായർക്ക് എത്രയെത്ര അനുഭവങ്ങളാണുണ്ടായത്. നേതാവ് ലക്കൻ പാലിന്റെ ജീപ്പുമായി ഹിമാലയത്തിന്റെ താഴ്‌വരയിൽ അയാൾ എത്ര മാത്രം അലഞ്ഞു... ഏലിയാമ്മാമത്തായി ഇടയ്ക്കിടെ ദഹ്റാദൂണിൽ പോകുമായിരുന്നു. മേജർ ജോർജ്ജ് മത്തായി ദഹ്റാദൂൺ റെജിമെന്റി ലാണ്. വാരാന്ത്യം അവിടെ ചെലവഴിച്ച് തിങ്കളാഴ്ച കാലത്ത് നഗരത്തി ലേക്കു തിരികെ പുറപ്പെടുമ്പോൾ ഓർഡർലിമാർ അരിച്ചാക്കുകൾ കൊണ്ടുവന്ന് ഡിക്കിയിൽ വയ്ക്കും. മൊറാദാബാദിലെ കത്തിപോലെ ദഹ്റാദൂണിലെ വസുമതി അരിയും പ്രസിദ്ധമാണ്. തനിയേ താമസി ക്കുന്ന ഏലിയാമ്മാ മത്തായി ഈ അരിയത്രയും എന്തുചെയ്യുന്നു എന്ന് ശങ്കരൻനായർ അത്ഭുതപ്പെടുമായിരുന്നു. യജമാനന്മാരും യജമാനത്തി മാരും വണ്ടിയിൽ കയറിയിരുന്നാൽ എങ്ങോട്ടു പോകണം എന്നല്ലാതെ എന്തിനു പോകണം എന്ന ചോദ്യം ചോദിക്കുവാൻ ഒരു ഡ്രൈവർക്ക് സ്വാതന്ത്ര്യമില്ലല്ലോ. അതുപോലെ ഈ അരിച്ചാക്കുകൾ എവിടെ കൊണ്ടുചെന്നെത്തിക്കണം എന്നല്ലാതെ അവ ആർക്കുവേണ്ടിയാണ് എന്നു തിരക്കുവാനും അയാൾക്ക് അധികാരമില്ല. തൊഴിൽ സംബ ന്ധമായ ഈ അനുസരണാശീലം വണ്ടിയുടെ ലോകത്തിനു പുറത്തും ചിലപ്പോൾ അയാൾ പാലിച്ചെന്നും വരാം. ഒരിക്കൽ പണികഴിഞ്ഞ് രാത്രി ഒൻപതുമണിക്ക് വീടണഞ്ഞപ്പോൾ മാളുവിനെ കണ്ടില്ല. പത്തുകഴിഞ്ഞ പ്പോഴാണ് അവൾ തിരിച്ചെത്തിയത്. അവളെ കണ്ടപ്പോൾ ശങ്കരൻനായർ "മാളു, നീ എവിടെപ്പോയിരുന്നു." എന്നു ചോദിച്ചു. "ഞാൻ സാദിക് നഗറിൽ പോയിരുന്നു." എന്ന് മാളു മറുപടി പറഞ്ഞപ്പോൾ ശങ്കരൻനായർ അതിൽ സംതൃപ്തനായി തന്റെ യൂണിഫോം അഴിച്ചുമാറ്റി അരയിൽ ഒരു തോർത്തുചുറ്റി പൈപ്പിനു ചുവട്ടിൽ ചെന്നിരുന്നു. യഥാർത്ഥത്തിൽ അയാൾ തുടർന്നു

ചോദിക്കേണ്ടിയിരുന്നത്, "മാളൂ, ഈ രാത്രി നീയെന്തിന് സാദിക് നഗറിൽ പോയി?" എന്നാണ്. പക്ഷേ, ഒരു ഡ്രൈവറായ ശങ്കരൻനായർ മറ്റുള്ള വരുടെ ലക്ഷ്യം മാത്രം അറിഞ്ഞാൽ മതി. ഉദ്ദേശ്യം അറിയേണ്ടതില്ല.

അരിച്ചാക്കുകൾ കാറിൽ നിറച്ച് ഏലിയാമ്മാമത്തായിയേയും കൊണ്ട് പുലർച്ചയ്ക്ക് ദഹ്റാദൂണിൽനിന്നുള്ള തിരിച്ചുവരവിൽ അല്പ നേരം ശങ്കരൻനായർ മൊറാദാബാദ് ബസാറിൽ വണ്ടിനിർത്തി. ഒരു ചായ കുടിച്ചു ക്ഷീണം തീർത്തശേഷം അയാൾ കൊല്ലന്മാരുടെ തെരുവിൽ ച്ചെന്ന് ഒരു കറിക്കത്തി വാങ്ങി. മൊറാദാബാദിലൂടെ കടന്നുപോകു മ്പോൾ എല്ലായ്പ്പോഴും അയാൾ ഒരു കത്തിയെങ്കിലും വാങ്ങാതിരി ക്കില്ല.. ഇതിനകം പത്തുപന്ത്രണ്ട് കത്തികൾ അയാൾ വാങ്ങിക്കൊണ്ടു വന്നിരുന്നു. "ന്താ, ഡ്രൈവറേ പണിനിർത്തി കത്തിക്കച്ചോടം ചെയ്യാൻ പോകാ" മാളു തമാശയായി ചോദിക്കും.

നേതാവ് ലക്കൻപാലിനെ സേവിച്ചകാലം അറിയാത്ത ഉൾനാടു കളിൽ അയാളെയുംകൊണ്ട് ജീപ്പ് ഓടിച്ചുപോകുമായിരുന്നു. കുതിര വണ്ടികളും റിക്ഷകളും ഓടുന്ന ചെറിയ പട്ടണങ്ങളിലും കണ്ണെത്താത്ത ദൂരംവരെ കടുകുപാടങ്ങൾ പരന്നുകിടക്കുന്ന നാട്ടിൻപുറങ്ങളിലും ഐസ് വീണു വെളുത്തുവിറങ്ങലിച്ചു കിടക്കുന്ന താഴ്വരകളിലും ശങ്കരൻനായർ യാത്ര ചെയ്തു. തിരഞ്ഞെടുപ്പുകാലം വന്നപ്പോൾ അയാൾ ശരിക്കും കഷ്ടപ്പാടുകൾ അനുഭവിക്കാൻ തുടങ്ങി. മഞ്ഞുപെയ്യുന്ന കൊടുമുടികളും ചെമ്മരിയാടുകൾ മേയുന്ന അടിവാരങ്ങളുമുള്ള അൾമോര ജില്ലയിലാ യിരുന്നു ലക്കൻപാലിന് തിരഞ്ഞെടുപ്പ് ഡ്യൂട്ടി. തിരഞ്ഞെടുപ്പ് പ്രചരണം കഴിഞ്ഞ് വീട്ടിൽ തിരിച്ചെത്തിയ ശങ്കരൻനായർ മാളുവിനെ കണ്ടപ്പോൾ കൈകൂപ്പി. തുടർന്നുള്ള ദിവസങ്ങളിൽ അയൽപക്കക്കാരേയും വഴിപോ ക്കരേയും മറ്റും കാണുമ്പോൾ ശങ്കരൻനായർ പല്ലുകൾ മുഴുവൻ വെളി യിൽ കാട്ടി ചിരിച്ചുകൊണ്ട് കൈകൂപ്പുന്നതു കാണാമായിരുന്നു.

നേതാവ് ലക്കൻപാലിന്റെ കല്പനയനുസരിച്ച് മെഡിക്കൽ ഇൻസ്റ്റി റ്റ്യൂട്ടിന്റെ മുമ്പിൽ തടിച്ചുകൂടി നില്ക്കുന്ന ആൾക്കൂട്ടത്തിലേക്ക് ശങ്കരൻ നായർ ജീപ്പ് ഓടിച്ചുകയറ്റി. ആ ആളുകളിലാരും ഒന്നും തമ്മിൽ സംസാ രിച്ചില്ല. ഇടയ്ക്കിടെ ചില സ്ത്രീകൾ മാറത്തടിച്ചു കരയുന്നുണ്ടായിരുന്നു. പൊലീസുകാർ ജീപ്പ് തടഞ്ഞുനിർത്തിയപ്പോൾ കുർത്തയുടെ കീശയിൽ മടക്കിവച്ചിരുന്ന ഗാന്ധിത്തൊപ്പി തലയിലണിഞ്ഞ് ലക്കൻപാൽ അവ രുമായി തർക്കിച്ചുനിന്നു. എങ്കിലും മുന്നോട്ടുപോകുവാൻ പൊലീസുകാർ സമ്മതിച്ചില്ല. ശങ്കരൻനായർക്ക് ജീപ്പ് പാർക്കു ചെയ്യുവാൻ യൂസുഫ് സരായിവരെ പോകേണ്ടിവന്നു. വയർലസ് ഘടിപ്പിച്ച പൊലീസ് വാഹ നങ്ങൾ അങ്ങുമിങ്ങും പാഞ്ഞുകൊണ്ടിരുന്നു. മെഡിക്കൽ ഇൻസ്റ്റി റ്റ്യൂട്ടിന്റെ ഉയർന്ന ബഹുനിലകെട്ടിടങ്ങൾക്കു മുകളിൽ നോക്കി ആളു കൾ ഉച്ചത്തിൽ മുദ്രാവാക്യങ്ങൾ വിളിക്കുവാൻ തുടങ്ങി.

അന്നുരാത്രി മുഴുവൻ പാർട്ടിയാഫീസിന്റെ മുമ്പിലെ നിരവധി വണ്ടി കൾക്കിടയിൽ തന്റെ ജീപ്പ് തിരുകിവെച്ച് അതിലിരുന്ന് ശങ്കരൻനായർ

ഉറക്കംതൂങ്ങി. പാർപ്പിടത്തിൽ മാളു തനിച്ചാണല്ലോ എന്നാലോചിച്ച് അയാൾ വിഷമിക്കുകയും ചെയ്തു.

നേരം വെളുത്തപ്പോൾ നേതാവും അനുചരന്മാരും വന്ന് ജീപ്പിൽ കയറി "ചലോ" - ലക്കൻപാൽ പറഞ്ഞു. എങ്ങോട്ട് എന്നു പറയാത്ത തുകൊണ്ട് ശങ്കരൻനായർ നേരെ വണ്ടിവിട്ടു. നേതാവിന്റെ ഖദർ കുർ ത്തയും ധോത്തിയും ചുളിഞ്ഞ് തകരാറാകുകയും കൺപോളകൾ വീർ ക്കുകയും ചെയ്തിരുന്നു. അനുചരന്മാരിൽ ഒരാൾ മൊറാദാബാദിൽ നിന്നു വന്നതാണോ എന്ന് ശങ്കരൻനായർ സംശയിച്ചു. കാരണം, അയാളുടെ കൈയിൽ ഒരു വെട്ടുകത്തിയുണ്ടായിരുന്നു. ബംഗ്ലാവുകൾക്കിടയിലെ കല്ലുകൾ പാകിയ വെടിപ്പുള്ള ലെയിനിലൂടെ ക്യാൻവാസ് ഷൂസും നീല പഗഡിയും ധരിച്ച് പ്രഭാതസവാരിക്കിറങ്ങിയ ഒരു മാന്യവൃദ്ധൻ നടന്നു വരുന്നതുകണ്ട് ലക്കൻപാലും കൂട്ടുകാരും ജീപ്പിൽനിന്ന് എടുത്തുചാടി വൃദ്ധന്റെ നേരെ ചെന്നു. തലയിൽനിന്നു വഴുതിവീണ പഗഡി എടുക്കു വാനായി ഭൂമിയിലേക്കു കുനിഞ്ഞ വൃദ്ധനെ അവർ അയാളുടെ നീണ്ട മുടി കൂട്ടിപ്പിടിച്ച് ഞാവൽമരത്തിനു നേരെ എറിഞ്ഞു. വെട്ടുകത്തിയുടെ രക്തദാഹം ശമിപ്പിച്ചശേഷം അവർ തിരികെ ജീപ്പിൽ കയറി. ഒരു പെരുച്ചാഴിയെപ്പോലെ വിറച്ചിരിക്കുന്ന ശങ്കരൻനായരോട് ആജ്ഞാപിച്ചു. "ചലോ"

പിറ്റേദിവസം വൈകുന്നേരം മാത്രമാണ് ശങ്കരൻനായർ പാർപ്പിട ത്തിൽ തിരിച്ചെത്തിയത്. മാളു കരച്ചിൽ ഒതുക്കുവാൻ കഴിയാതെ നില് ക്കുമ്പോൾ ശങ്കരൻനായർ കുപ്പായം ഉരിഞ്ഞ് കുളിമുറിയിൽചെന്നു. എല്ലാ പൈപ്പുകളും തന്റെ ദേഹത്തിലേക്കു തുറന്നിടുവാൻ അയാൾ ആഗ്രഹിച്ചു. പൈപ്പിലെ വെള്ളം നിലയ്ക്കുന്നതുവരെ അയാൾ അതി നുചുവട്ടിൽ ഇരുന്നു. എന്നിട്ടും വെന്ത മാംസത്തിന്റെയും ചോരയുടെയും വാട തന്റെ ശരീരത്തിൽനിന്നു പോയില്ല എന്ന് അയാൾക്കു തോന്നി.

ശങ്കരൻനായർ എല്ലാ യജമാനന്മാരേയും ആത്മാർത്ഥതയോടെയും സത്യസന്ധതയോടെയും സേവിച്ചുവെങ്കിലും അവർ എന്തെങ്കിലും കാര ണത്താൽ അയാളെ പതിവായി ജോലിയിൽനിന്നു പിരിച്ചു വിടു കയാണുണ്ടായത്. ശേട്ടു മെർസഡസ് വാങ്ങിയപ്പോഴും ടയർ കച്ചവടം അപ്പുക്കുട്ടൻ നമ്പിയാർ വ്യവസായം നിർത്തിയപ്പോഴും കമ്പനി മാനേ ജർ അയാളുടെ ഭാര്യയേയും ജാരനേയും വെടിവച്ചു കൊന്നപ്പോഴും ശങ്കരൻനായർക്ക് തന്റെ ജോലി നഷ്ടപ്പെട്ടു. പക്ഷേ, നേതാവ് ലക്കൻ പാൽ അയാളെ പിരിച്ചുവിടുകയല്ല ചെയ്തത്. ശങ്കരൻനായർ രാജിവയ് ക്കുകയാണു ചെയ്തത്. വണ്ടിയുടെ താക്കോൽ നേതാവിന്റെ മുമ്പിൽ വെച്ച് ശമ്പളക്കുടിശ്ശിക വാങ്ങുവാൻ മിനക്കെടാതെ ശങ്കരൻനായർ പുറത്തിറങ്ങി നടന്നു. ജീവിതത്തിൽ അയാൾ നടന്ന ഏറ്റവും നീണ്ട ഒരു നടത്തമാണത്. ചുട്ടുനീറുന്ന വെയിലിൽ പന്ത്രണ്ടു നാഴികദൂരം. സൂര്യാഘാതമേറ്റ് ശ്വാസം നിന്നുപോകാതിരുന്നത് മാളുവിന്റെ ഭാഗ്യം.

ബിക്കാജികാമാ പ്ലെയിസിലെ ഒരു കുറിയർ കമ്പനി ഉടമസ്ഥന്റെ

കൂടെയാണ് ശങ്കരൻനായർ അവസാനമായി ജോലി ചെയ്തത്. എന്നും രാവിലെ ആറുമണിക്ക് മാൻപാർക്കിനു പിറകിലെ കാട്ടിൽ ട്രേക് സ്യൂട്ടിട്ട് അയാൾ ഓടുവാൻ പോകും. ക്ഷൗരം ചെയ്തു നീലിച്ച വലിയമുഖമുള്ള യജമാനൻ സമയപരിപാലനത്തിൽ കണിശക്കാരനാണ്.

ശങ്കരൻനായർ വരാത്തതുകാരണം പ്രഭാതത്തിലെ ഓട്ടം മുടങ്ങിയ യജമാനൻ ക്രുദ്ധനായി തന്റെ ഡ്രൈഡവറെ കാത്തുനിന്നു. ശങ്കരൻനായർ ഒന്നും പറയാതെ താണുതൊഴുത് വണ്ടിയുടെ താക്കോൽ യജമാനനെ ഏല്പിച്ചു.

"എന്താ നായരേ ഇത്?"

"മടുത്തു"

"എന്താ തനിക്കു മടുത്തത്?"

ശങ്കരൻനായർ തൊണ്ടയിൽ വലിവുമായി മിണ്ടാതെ നിന്നു. ഇത്രയും കാലം അയാൾ മറ്റുള്ളവരെ അവരുടെ ലക്ഷ്യത്തിലെത്തിക്കു വാൻവേണ്ടി പ്രവൃത്തി ചെയ്തു. ഇനിയുള്ള കാലം സ്വന്തം ലക്ഷ്യ ത്തിലെത്തിച്ചേരുവാൻ വേണ്ടിയുള്ളതാകട്ടെ എന്ന് അയാൾ നിശ്ചയിച്ചു കഴിഞ്ഞിരുന്നു.

"താനെന്താ മിണ്ടാത്തത്?"

"ഇനിയും വണ്ടിയോടിക്കുവാൻ വയ്യ സാർ."

"പിന്നെ ഈ വയസ്സുകാലം താൻ എന്തുചെയ്യാനാ ഭാവം?"

"കവികൾക്ക് പ്രായവും മരണവുമില്ല സാർ."

ശങ്കരൻനായർ ഒന്നുകൂടി തൊഴുതുകൊണ്ട് തിരികെ നടന്നു. ഗെയിറ്റു കടന്നു പുറത്തുവന്ന അയാളുടെ മുമ്പിൽ ലോകം തെളിഞ്ഞു നിന്നു. നെഞ്ചിലെ വലിവുകൾ മറന്ന് ആ തെളിച്ചത്തിലൂടെ അയാൾ വീട്ടിലേക്കു പോയി.

കുളിമുറി

പുരുഷോത്തമന് ഒരു മോഹം

കോരോത്തെ ഭഗവതീ, പുരുഷോത്തമന്റെ മോഹം സാധിപ്പിച്ചു കൊടുക്കണേ-

ഗുരുവായൂരപ്പാ അവന്റെ മോഹം നിറവേറ്റിക്കൊടുക്കണേ-

ശ്രീ അയ്യപ്പാ പുരുഷോത്തമന്റെ മോഹം സഫലമാക്കിക്കൊടുക്കണേ-

ഒന്നും ഒരിക്കലും മോഹിക്കാത്തവനാണ്. സാധു പ്രകൃതക്കാരൻ. കുട്ടിക്കാലത്തുപോലും ഒന്നും മോഹിച്ചിട്ടില്ല. കോരാത്തെ തിറയുത്സവ ത്തിനു മറുനാട്ടിൽനിന്നു വരുന്ന കച്ചവടക്കാരൻ പീപ്പിയും ബലൂണും പന്തുമൊക്കെ വില്ക്കും.

ഒരിക്കലും പുരുഷോത്തമൻ ആവശ്യപ്പെട്ടിട്ടില്ല.

'അമ്മ, പുരുഷോത്തമന് ഒരു ബലൂണ്. ചോപ്പ് ബലൂണ്.'

ഒരിക്കലും ആവശ്യപ്പെട്ടിട്ടില്ല.

'അച്ഛാ പുരുഷോത്തമന് ഒരു പന്ത്'

ഒരിക്കലും

'അമ്മേ പുരുഷോത്തമന് ഒരു പീപ്പി'

മുതിർന്നപ്പോഴും പുരുഷോത്തമന് ആഗ്രഹങ്ങൾ ഉണ്ടായിരുന്നില്ല.

അവന് ടെർലിൻ ഷർട്ട് വേണ്ട.

അവന് വാച്ച് വേണ്ട.

സിനിമ കാണാൻ പൈസ വേണ്ട.

പുരുഷോത്തമൻ ഒന്നും ഒരിക്കലും ആഗ്രഹിക്കാത്തവനാണ്. അങ്ങ നെയുള്ള പുരുഷോത്തമനാണ് ഇപ്പോൾ ഒരാഗ്രഹം. അവന് ഒരീച്ചയാ കണം.

കോറോത്തെ ഭഗവതീ, പുരുഷോത്തമനെ ഒരീച്ചയാക്കൂ.

പരമകാരുണികനായ ദൈവമേ, പുരുഷോത്തമന്റെ വിനീതമായ ഈ ആഗ്രഹം നിറവേറ്റിക്കൊടുത്താലും–

പുരുഷോത്തമന് ഒരീച്ചയാകണം.

ഓരോരുത്തർക്കും ഓരോ ആഗ്രഹമുണ്ട്. ഒരാൾക്ക് ലോട്ടറി വരണം. മറ്റൊരാൾക്ക് സുന്ദരിയായ ഭാര്യയെ വേണം. ചിലർക്ക് സന്താനം വേണം. ഉദ്യോഗക്കയറ്റം ആഗ്രഹിക്കുന്നവരുമുണ്ട്.

ദയാനിധിയായ ദൈവം അവരുടെയൊക്കെ ആഗ്രഹം നിറവേറ്റിക്കൊ ടുക്കുന്നു. അല്ലെങ്കിൽ ജീവിതകാലം മുഴുവനും കുതിരവണ്ടി ഓടിച്ച മാധവന് ഈ മഹാഭാഗ്യം എങ്ങനെ കൈവരാനാണ്?

അബൂബക്കറുടെ പെട്ടിപീടികയിൽനിന്ന് ഒരുറുപ്പികയുടെ ലോട്ടറി ടിക്കറ്റ് വാങ്ങി മടിയിൽ തിരുകി പുരയിലേക്ക് നടക്കുമ്പോൾ മാധവൻ പ്രാർത്ഥിച്ചു.

"ദൈവമേ ഈയുള്ളോാന് ലോട്ടറി കിട്ടണേ!"

പരമകാരുണികനായ ദൈവം മാധവന്റെ ആഗ്രഹം സാധിച്ചുകൊടു ക്കാതിരിക്കുമോ? മാധവന്റെ ആഗ്രഹം മാത്രമോ? കോന്ത്രമ്പല്ലൻ ഭാസ്ക രൻ ആഗ്രഹിച്ചു.

"എനിക്ക് സുന്ദരിയെ കിട്ടണം."

ഭാസ്കരന്റെ ആഗ്രഹം മനസ്സിലെത്തേണ്ട താമസം. ദൈവം സുന്ദ രിയായ ഭാര്യയെ ഭാസ്കരന് എറിഞ്ഞുകൊടുത്തു. മുത്തുപോലുള്ള പല്ലു കളും ധാരാളം തലമുടിയുമുള്ള സുന്ദരിയെ.

ഗോപാലൻ മാസ്റ്റർ ആഗ്രഹിച്ചു.

'എന്റെ കുഞ്ഞ് ആണായിരുന്നെങ്കിൽ.'

ഗോപാലൻ മാസ്റ്ററുടെ ഭാര്യ പെറ്റപ്പോൾ കുഞ്ഞ് ആണ്.

മാധവന്റെയും ഭാസ്കരന്റെയും ഗോപാലൻ മാസ്റ്ററുടെയും നേരെ പ്രസാദിച്ച ദൈവം പുരുഷോത്തമന്റെ നേരെ പ്രസാദിക്കാതിരിക്കുമോ?

പുരുഷോത്തമന് ഒരാഗ്രഹം.

പുരുഷോത്തമന് ഒരീച്ചയാകണം.

ഒരീച്ചയാകുവാനുള്ള ആഗ്രഹം പുരുഷോത്തമന്റെ മനസ്സിൽ കടന്നു കൂടിയത് ഇന്നലെയാണ്. ഇന്നലെ മാത്രം. എങ്കിലും എത്രയോ വർഷ ങ്ങളായി എന്നവന് തോന്നുകയാണ്. ആ ആഗ്രഹത്തിന്റെ തീക്ക് അത്ര യധികം ചൂടുണ്ട്, വെളിച്ചമുണ്ട്.

"വസന്തയില്ലേ"

പത്രത്തിൽനിന്ന് തലപൊക്കി കണ്ണടക്കിടയിലൂടെ ഗോപാലൻമാസ്റ്റർ നോക്കി.

"പുരുഷോത്തമനോ? എന്താ മോനെ നേരം വെളുക്കുമ്പം തന്നെ?"

ഗോപാലൻ മാസ്റ്റർ കസാരയിൽ നിവർന്നിരുന്നു.

"ഇരിക്ക്, ലക്ഷ്മീ ഇതാരാ വന്നതെന്ന് നോക്ക്?"

അകത്തുനിന്നു മറുപടിയില്ല.

"ഓള് കിണറ്റിൻകരയിൽ കാണും."

മാസ്റ്റർ വീണ്ടും കസാരയിൽ ചാഞ്ഞു. പുരുഷോത്തമൻ എഴുന്നേറ്റ് അകത്തേക്ക് നടന്നു. അവിടെ ആരേയും കണ്ടില്ല. ഉടുത്തിരുന്ന ലുങ്കി മടക്കിക്കുത്തി, ചൂളം വിളിച്ചുകൊണ്ട് അവൻ കിണറ്റിൻകരയിലേക്ക് ചെന്നു.

ലക്ഷ്മിയമ്മ കിണറ്റിൻകരയിൽ നിന്നുകൊണ്ട് പല്ലുതേക്കുകയാ യിരുന്നു.

"എന്താ മോനെ!-"

അവർ ലോഗ്യം പറഞ്ഞു.

"വസന്തേല്ലേ?"

കുളിമുറിയുടെ വാതിൽ അടഞ്ഞുകിടക്കുന്നത് അവൻ അപ്പോഴേ ശ്രദ്ധിച്ചുള്ളൂ. അകത്ത് വെള്ളം കോരിയൊഴിക്കുന്ന ശബ്ദവും കേൾക്കാം.

വസന്ത കുളിക്കുകയാണ്.

പുരുഷോത്തമൻ എന്തുകൊണ്ടോ അസ്വസ്ഥനായി. അവന്റെ മുഖത്തെ മന്ദഹാസം, അവനെ ഒരിക്കലും വിട്ടുപോകാത്ത മന്ദഹാസം, മാഞ്ഞു.

പല്ലുതേക്കുന്നതിനിടയിൽ ലക്ഷ്മിയമ്മ സംസാരിച്ചുകൊണ്ടിരുന്നു.

ലക്ഷ്മിയമ്മ പറഞ്ഞത് അവനു മനസ്സിലാകുകയോ അവരുടെ പൊട്ടിച്ചിരി അവൻ കേൾക്കുകയോ ഉണ്ടായില്ല.

അവൻ അടച്ചിട്ട വാതിലിൽ നോക്കിനിന്നു. കോരിയൊഴിക്കപ്പെട്ട വെള്ളത്തിന്റെ ശബ്ദത്തിനായി ഏകാഗ്രതയോടെ കാതോർത്തുനിന്നു. വെള്ളത്തിന്റെ ശബ്ദം നിന്നു. വാതിൽ തുറക്കപ്പെട്ടു.

അഴിച്ചിട്ട തലമുടി. നനഞ്ഞ കൈത്തണ്ടയിൽ ചുവന്ന കുപ്പിവളകൾ. കഴുത്തിലും കവിളുമെല്ലാം വെള്ളത്തുള്ളികൾ.

നനവിൽ വിടർന്ന മന്ദഹാസം!

"ഏട്ടനോ?"

"ഓൻ നിന്നെ കാത്തിരിക്ക്യാ"

ലക്ഷ്മിയമ്മ അറിയിച്ചു.

"ഇപ്പം വരാം കേട്ടോ"

വസന്ത നനഞ്ഞ തോർത്തും സോപ്പുപെട്ടിയുമായി അകത്തേക്ക് പോയി.

അപ്പോഴാണ് പുരുഷോത്തമൻ കണ്ടത്. സോപ്പിന്റെയും എണ്ണയു ടെയും സുഗന്ധമുള്ള കുളിമുറിയിൽ, ഒരീച്ച വട്ടംചുറ്റി പറക്കുന്നു.

എല്ലാം കാണുവാൻ കഴിഞ്ഞ ഈച്ച!

അതിനോടുള്ള അസൂയയാൽ പുരുഷോത്തമൻ കത്തിയുരുകി. അവന്റെ നെഞ്ച് പെരുമ്പറ കൊട്ടി. അവന്റെ കൈകാലുകൾ വിറച്ചു. മുഖം കടലാസുപോലെ വിളറി.

ഭാഗ്യം ചെയ്ത ഈച്ച! മഹാഭാഗ്യം ചെയ്ത!

മനുഷ്യനായി എന്തിന് പുരുഷോത്തമൻ പിറന്നു? ഒരു രാജാവായി

പിറക്കുന്നതിനേക്കാൾ, ഒരു ചക്രവർത്തിയായി പിറക്കുന്നതിനേക്കാൾ, അവൻ താല്പര്യപ്പെടുന്നത് ഒരീച്ചയായി പിറക്കുവാനാണ്.

കാച്ചിയ എണ്ണയുടെയും സോപ്പിന്റെയും സുഗന്ധം പരന്ന കുളിമുറിയിൽ ചുവരിന്മേൽ പതുങ്ങിയിരുന്ന വസന്തയെ നോക്കുക....

ദൈവമേ, എന്നെ ഒരു ഈച്ചയാക്കൂ.

ഭഗവതീ, അയ്യപ്പാ, ഗുരുവായൂരപ്പാ, മഞ്ഞൂര മുത്തപ്പാ, എന്റെ പ്രാർത്ഥന ചെവിക്കൊള്ളൂ. എന്നെ ഈച്ചയാക്കൂ. ഈ ജീവിതത്തിൽ മറ്റൊന്നും എനിക്കു വേണ്ട. മറ്റൊന്നിനും ഒരിക്കലും ഞാനാവശ്യപ്പെടുകയില്ല.

എന്നെ ഈച്ചയാക്കൂ.

എന്നെ ഈച്ചയാക്കൂ.

ആക്കില്ലേ?

പരമകാരുണികനായ ദൈവം. ദൈവത്തെ സൃഷ്ടിച്ചത് മനുഷ്യന്റെ ആഗ്രഹങ്ങൾ നിറവേറ്റിക്കൊടുക്കുവാൻ വേണ്ടിയാണ്. ദൈവം ജനിച്ചത് കുതിരവണ്ടിക്കാരൻ മാധവന് ലോട്ടറികൊടുക്കുവാൻ വേണ്ടിയാണ്. കോന്ത്രമ്പല്ലൻ ഭാസ്കരന് സുന്ദരിയായ ഭാര്യയെ കൊടുക്കുവാൻ വേണ്ടിയാണ്. ദൈവം ജനിച്ചത് ഗോപാലൻമാസ്റ്റർക്ക് ആൺകുഞ്ഞിനെ കൊടുക്കുവാൻ വേണ്ടിയാണ്.

ദൈവം ദൈവത്തെ സൃഷ്ടിച്ചത് പുരുഷോത്തമന്റെ ആഗ്രഹം നിറവേറ്റിക്കൊടുക്കുവാൻ വേണ്ടിയാണ്. അതിനു ദൈവത്തിനു കഴിവില്ലെങ്കിൽ, ദൈവം സ്വയം വീണ്ടും സൃഷ്ടിക്കും. സ്വയം പുനഃസൃഷ്ടി നടത്തും. പുരുഷോത്തമന്റെ ആഗ്രഹം നിറവേറ്റാൻ കഴിയുന്ന മറ്റൊരു ദൈവത്തെ പൂർവ്വാധികം ശക്തിയുള്ള മറ്റൊരു ദൈവത്തെ.

പുരുഷോത്തമൻ പ്രാർത്ഥിച്ചു. രാപകലെന്യേ പ്രാർത്ഥിച്ചു. എന്നെ ഈച്ചയാക്കൂ. എന്നെ ഈച്ചയാക്കൂ.

മരങ്ങളോടും ചെടികളോടും അവൻ അപേക്ഷിച്ചു.

'മരങ്ങളേ, ചെടികളേ, എന്നെ ഈച്ചയാക്കൂ.'

മൃഗങ്ങളോടും പക്ഷികളോടും പാമ്പുകളോടും അവൻ പ്രാർത്ഥിച്ചു.

'എന്നെ ഈച്ചയാക്കൂ.'

മരങ്ങളും ചെടികളും വിളിച്ചു പറഞ്ഞു.

'ദൈവമേ, പുരുഷോത്തമനെ ഈച്ചയാക്കൂ.'

ബലിക്കാക്കകൾ കൊക്കിൽ പ്രാർത്ഥനയുമായി ആകാശത്തിലേക്ക് ഉയർന്നു പറന്നു.

'പരമകാരുണികനായ ദൈവമേ, പുരുഷോത്തമന്റെ ആഗ്രഹം നിറവേറ്റിക്കൊടുക്കൂ.'

മൃഗങ്ങൾ ദൈവത്തോട് അലറി.

പുരുഷോത്തമനെ ഈച്ചയാക്കൂ.

പക്ഷികൾ ദൈവത്തോട് പാടി.

പുരുഷോത്തമനെ ഈച്ചയാക്കൂ.

പാമ്പുകൾ ദൈവത്തോട് ചീറ്റി

പുരുഷോത്തമനെ ഈച്ചയാക്കൂ.

പ്രാണികൾ ദൈവത്തോട് മോങ്ങി.

പുരുഷോത്തമനെ ഈച്ചയാക്കൂ.

ദൈവം കണ്ണുതുറന്നു പുഞ്ചിരിച്ചു.

നാരുപോലെ നേർത്ത കാലുകൾ പള്ളയോട് ചേർത്തുവെച്ച് കൊച്ചു ചിറകുകളിൽ പുരുഷോത്തമൻ വസന്തയുടെ വീട്ടിലേക്ക് പറന്നു.

പതിവുപോലെ ഗോപാലൻ മാസ്റ്റർ ചാരുകസേരയിൽ കിടന്ന് പത്രം വായിക്കുന്നു. ഒരു മൂളലോടെ അകത്തേക്ക് പറന്നുപോയ പുരുഷോത്ത മനെ മാസ്റ്റർ കണ്ടില്ല.

പുരുഷോത്തമൻ പിൻവാതിലിലൂടെ വെളിയിലിറങ്ങി കുളിമുറിയി ലേക്കു പറന്നു.

കുളിമുറിക്കുള്ളിൽ ചുവരിന്മേൽ അവൻ പറ്റിപ്പിടിച്ചിരുന്നു. ഇവിടെ ഇരുന്നാൽ എല്ലാം കാണാം. എല്ലാം.

മിടിക്കുന്ന നെഞ്ചോടെ, തുറിച്ച കണ്ണുകളോടെ, അവൻ വസന്ത വരുന്നതും കാത്ത് ഇരുന്നു. നിമിഷങ്ങൾ, യുഗങ്ങളുടെ ദൈർഘ്യമുള്ള നിമിഷങ്ങൾ, അല്ലെങ്കിൽ നിമിഷങ്ങളുടെ ദൈർഘ്യമുള്ള യുഗങ്ങൾ, കുളി മുറിയിൽ അടർന്നുവീണു.

ആരുടെയോ കാലൊച്ച. വസന്തയുടേതാണോ? ദൈവമേ, അത് വസന്തതന്നെ ആയിരിക്കണേ! ഈയുള്ളവന് ഇനിയും കാത്തിരിക്കുവാൻ ക്ഷമയില്ലേ.... ഈയുള്ളവന് വയ്യാ...

ഈയുള്ളവൻ ചത്തുപോകുമേ....

കൈയിൽ സോപ്പുംപെട്ടിയും തോർത്തുമായി വസന്ത കയറി വന്നു. തലമുടി അഴിച്ചപ്പോൾ കൈകളിലെ കുപ്പിവളകൾ കിലുങ്ങി.

അവൾ വാതിലിന്റെ കൊളുത്തിട്ടു.

കൈയിൽ കാച്ചിയ എണ്ണയൊഴിച്ച് അവൾ തലമുടിയിൽ തിരുമ്മി. ചന്തിവരെ നീണ്ടുകിടക്കുന്ന കണ്മഷിപോലെ കറുത്ത, മുറ്റിയ തലമുടി....

കുപ്പിവളകളുടെ സംഗീതത്തിന്റെ അകമ്പടിയോടെ അവൾ ബ്ലൗസിന്റെ കുടുക്കുകൾ അഴിച്ചു...

പുരുഷോത്തമൻ ഒന്നും കണ്ടില്ല. ഒന്നും കേട്ടില്ല. അവൻ ഭ്രാന്ത നായി.

ചുവരിന്റെ മറ്റേ മൂലയിൽനിന്നു തന്റെ നേരെ പതുങ്ങി നിശ്ശബ്ദം നീങ്ങിവരുന്ന ഗൗളിയെ പുരുഷോത്തമൻ കണ്ടില്ല.

ഗൗളി തന്നെ വിഴുങ്ങിയതും അവൻ അറിഞ്ഞില്ല.

അനുബന്ധം: ഒന്ന്

എം മുകുന്ദൻ എഴുത്തകം

കഥാ സമാഹാരങ്ങൾ

വീട്, നദിയും തോണിയും, വേശ്യകളെ നിങ്ങൾക്കൊരമ്പലം, തേവിടിശ്ശിക്കിളി, കണ്ണാടിയുടെ കാഴ്ച, അഞ്ചരവയസ്സുള്ള കുട്ടി, തട്ടാ ത്തിപ്പെണ്ണിന്റെ കല്യാണം, കൈക്കുമ്പിളിലെ വെള്ളം, ഹൃദയവതിയായ ഒരു പെൺകുട്ടി, കഥാവശേഷൻ, കള്ളനും പൊലീസും, പാവാടയും ബിക്കിനിയും, കാഴ്ചക്കാരനും മറ്റു കഥകളും, ശൂന്യതാകാണ്ഡം, മുകു ന്ദന്റെ കഥകൾ, നാട്ടുമ്പുറം, എന്റെ പ്രിയപ്പെട്ട കഥകൾ, ദിനോസറു കളുടെ കാലം, നഗരവും സ്ത്രീയും, മുട്ട ഇടുന്ന ആന, ദൽഹി കഥ കൾ, തണ്ണീർക്കുടിയന്റെ തണ്ടുകൾ, വീടും മറ്റു കഥകളും, ഓട്ടോറിക്ഷ ക്കാരന്റെ ഭാര്യ.

നോവൽ

ആകാശത്തിന്റെ ചുവട്ടിൽ, ഡൽഹി, ആലിവായിലെ സൂര്യോദയം, ഹരിദ്വാറിൽ മണികൾ മുഴങ്ങുന്നു, ഈ ലോകം അതിലൊരു മനുഷ്യൻ, കൂട്ടം തെറ്റി മേയുന്നവർ, മയ്യഴിപ്പുഴയുടെ തീരങ്ങളിൽ. സീത, രാവും പകലും, കിളിവന്നു വിളിച്ചപ്പോൾ, ദൈവത്തിന്റെ വികൃതികൾ, ആദി ത്യനും രാധയും മറ്റു ചിലരും, ഒരു ദളിത് യുവതിയുടെ കദനകഥ, കേശ വന്റെ വിലാപങ്ങൾ, നൃത്തം, പുലയപ്പാട്ട്, പ്രവാസം, ദൽഹി ഗാഥകൾ, കുട നന്നാക്കുന്ന ചോയി, നൃത്തം ചെയ്യുന്ന കുടകൾ.

നോവലെറ്റുകൾ

ചാർലി മാസ്റ്റർ, അവൾ പറഞ്ഞു; വരൂ, മദാമ്മ, റഷ്യ, സാവിത്രിയുടെ

അരഞ്ഞാണം, ഏഴാമത്തെ പൂവ്, നഗ്നനായ തമ്പുരാൻ, ദെച്ചുവമ്മയും മക്കളും, പാരീസ്, കണ്ണൻനമ്പ്യാർ ഡൽഹിയിൽ, കിണ്ടി കക്കുന്ന കള്ളൻ, രാസലീല, ഗ്രീൻഹിൽ കോൺവെന്റ്, മരിയയുടെ മധുവിധു, സഞ്ചാരി പറഞ്ഞ കഥ, എങ്ങനെ എഴുതാതിരിക്കാം, എന്റെ പ്രിയപ്പെട്ട നോവലെറ്റുകൾ.

നാടകം

ഇരുട്ട്

പഠനങ്ങൾ/ലേഖനങ്ങൾ

എന്താണ് ആധുനികത, ആധുനികതയ്ക്കുശേഷം എന്ത്? പേന ക്കണ്ണ്, അനുഭവം ഓർമ്മ യാത്ര.

തെരഞ്ഞെടുത്ത കൃതികൾ

എം മുകുന്ദന്റെ തെരഞ്ഞെടുത്ത ലേഖനങ്ങൾ, എം മുകുന്ദന്റെ തെര ഞ്ഞെടുത്ത ലഘുനോവലുകൾ, മുകുന്ദന്റെ കഥകൾ – സമ്പൂർണ്ണം.

സംഭാഷണങ്ങൾ

എം ടിയും മുകുന്ദനും, ഡി വിജയമോഹൻ: ഈ ലോകം അതി ലൊരു മുകുന്ദൻ, ജോൺ ബ്രിട്ടാസ്: ഹരിദ്വാറിൽ വീണ്ടും മണികൾ മുഴങ്ങുന്നു, ഇ എം അഷ്റഫ്: യമുനയുടെ തീരങ്ങളിൽ, വി കെ സുരേഷ്: മയ്യഴിയിലെ തുമ്പികൾ.

ഇംഗ്ലീഷ് വിവർത്തനങ്ങൾ

On the Banks of Mayyazhi, translated by Gita Krishnankutty, Manas. Chennai, 1999/DC Books, Kottayam, 2014, *Gods Mischief*, translated by Prema Jayakumar, Penguin India, New Delhi, 2002 *Adythyan, Radha and Others*, translated by Dr. C Gopinatha QKXιXmK, Sahithya Akademi, New Delhi, 2004, *The Train That Had Wings: Selected Stories* by M Mukundan, translated by Dr,. Donald Davis, Jr, Michigan University Press, USA, 2005, *Kesavans Lamentations*, translated by A J Thomas, Ruppa & Co, New Delhi, 2006, *Dance*, translated by D Krishna Ayyar & K G Ramakrishnan, Katha, New Delhi, 2007.

ഫ്രഞ്ച് വിവർത്തനങ്ങൾ

Sur les rives du fleuve Mahe, translated by Sophie Bastide-

Foltz, Actes Sud, Paris, 2002
(മയ്യഴിപ്പുഴയുടെ തീരങ്ങളിൽ)

എം മുകുന്ദനെക്കുറിച്ചുള്ള പഠനങ്ങൾ

ഡോ. എ എം ഉണ്ണികൃഷ്ണൻ: അസ്തിത്വത്തിന്റെ അർത്ഥാന്തര
ങ്ങൾ, പ്രതാപൻ തായാട്ട്: ഇ എം എസും മുകുന്ദനും വിലാപങ്ങളും,
സാംസ്കാരികവിചാരം-എം, മുകുന്ദൻ പതിപ്പ്: എഡി: പ്രതാപൻ തായാട്ട്,
മലയാളത്തിന്റെ മയ്യഴിപ്പുഴ; എഡി: പ്രതാപൻ തായാട്ട്, ഡോ. പി കെ
മാലതി: അധിനിവേശവും ചരിത്രവും എം മുകുന്ദന്റെ രചനകളിൽ,
ഡൽഹി ഗാഥകൾ - പ്രവാസം യുദ്ധം രാഷ്ട്രീയം: എഡി. ഡോ. ആർ
ഭദ്രൻ.

പുരസ്കാരങ്ങൾ / അംഗീകാരങ്ങൾ

1974   *ഈ ലോകം അതിലൊരു മനുഷ്യൻ* എന്ന നോവലിന് കേരള സാഹിത്യ അക്കാദമി അവാർഡ്

1975   *മയ്യഴിപ്പുഴയുടെ തീരങ്ങൾക്ക്* എസ് പി സി എസ് പുരസ്കാരം

1985   *ഹൃദയവതിയായ പെൺകുട്ടി* എന്ന ചെറുകഥാ സമാഹാരത്തിന് കേരള സാഹിത്യ അക്കാദമി അവാർഡ്

1990   *ദൈവത്തിന്റെ വികൃതികൾ* എന്ന നോവലിന് വിശ്വദീപം അവാർഡ്

1992   *ദൈവത്തിന്റെ വികൃതികൾക്ക്* ഏറ്റവും നല്ല ഫീച്ചർ ഫിലിം, കഥ എന്നീ വിഭാഗങ്ങളിൽ സംസ്ഥാന ചലച്ചിത്ര അവാർഡ്

1992   കേന്ദ്രസാഹിത്യ അക്കാദമി അവാർഡ് *ദൈവത്തിന്റെ വികൃതി കൾക്ക്*

1993   *ഉണ്ണിക്കഥയ്ക്ക്* ഡൽഹി കഥാ സൊസൈറ്റി അവാർഡ്

1993   *ദൈവത്തിന്റെ വികൃതികൾക്ക്* ഫീച്ചർ ഫിലിം കഥാ വിഭാഗത്തിൽ കേരള ഫിലിംക്രിറ്റിക്സ് അവാർഡ്

1993   *ദൈവത്തിന്റെ വികൃതികൾക്ക്* എൻ വി കൃഷ്ണവാരിയർ അവാർഡ്

1998   ഫ്രെഞ്ച് ഗവൺമെന്റിന്റെ Chevalier of the arts and letters ബഹു മതി

1999   *മയ്യഴിപ്പുഴയുടെ തീരങ്ങൾക്ക്* Crossword award for Indian language fiction in English translation

1999 മുട്ടത്തുവർക്കി സാഹിത്യ പുരസ്കാരം

2000 ബഹ്റിൻ കേരളീയ സമാജത്തിന്റെ സാഹിത്യപുരസ്കാരം

2001 *കേശവന്റെ വിലാപങ്ങൾക്ക്* മലയാറ്റൂർ പുരസ്കാരം

2002 വളയുന്ന വരയ്ക്ക് പത്മരാജൻ പുരസ്കാരം

2003 *കേശവന്റെ വിലാപങ്ങൾക്ക്* വയലാർ അവാർഡ്

2006 *കേശവന്റെ വിലാപങ്ങൾക്ക്* Crossword award for Indian language fiction in English translation

2006 മാതൃഭൂമി സാഹിത്യ പുരസ്കാരം

2006 വി പി ശിവകുമാർ സ്മാരക ചെറുകഥാ പുരസ്കാരം

2008 സി വി കുഞ്ഞിരാമൻ സാഹിത്യപുരസ്കാരം

2010 എൻ കെ തളിക്കുളം സാഹിത്യ പുരസ്കാരം

2012 *ഡൽഹി ഗാഥകൾക്ക്* കമലാ സുരയ്യ സാഹിത്യപുരസ്കാരം

2013 ഒമാൻ സാഹിത്യപുരസ്കാരം, മസ്കറ്റ്

2015 യൂത്ത് ഇന്ത്യ സാഹിത്യപുരസ്കാരം, കുവൈറ്റ്

2015 ദുബായ് സദ്താന കൾച്ചറൽ ഫൗണ്ടേഷന്റെ സുവർണ്ണ മുദ്ര

2015 ഇ വി കൃഷ്ണപിള്ള പുരസ്കാരം

2016 സുകുമാർ അഴീക്കോട് പുരസ്കാരം

2016 എസ് ബി ടി സുവർണ്ണ പുരസ്കാരം

2017 ദേശാഭിമാനി സാഹിത്യ പുരസ്കാരം

2017 സമസ്ത സാഹിത്യ പരിഷത്തിന്റെ സമഗ്ര സംഭാവനയ്ക്കുള്ള പുരസ്കാരം

2017 ബാഷാ ബുക്സ് പുരസ്കാരം

2018 പാലക്കാട് സാഹിതി പുരസ്കാരം

2018 ഡോ. സുകുമാർ അഴീക്കോട് പുരസ്കാരം